D1771406

வையம்பட்டி முத்துச்சாமி பாடல்கள்

JAIRIGI

ஜெய்ரிகி பதிப்பகம்

No.52/1, 2nd Cross, 2nd Main Prakash Nagar, Bangalore - 560021.
Mobile: 8643 842 772 | E-mail: ajbookworld@gmail.com

JAIRIGI

வையம்பட்டி முத்துச்சாமி பாடல்கள்
(பாடல்கள்)

வையம்பட்டி முத்துச்சாமி ©

முதல் பதிப்பு: ஜனவரி 2018
இரண்டாம் பதிப்பு: ஜூன் 2022

அட்டை & புத்தக வடிவமைப்பு: பொன்.வாசுதேவன்

வெளியீடு:
ஜெய்ரிகி பதிப்பகம்
எண்.52/1, இரண்டாவது கிராஸ்,
இரண்டாவது மெயின் பிரகாஷ் நகர்,
பெங்களூரு - 560021.
8643 842 772 • ajbookworld@gmail.com

Vaiyampatti Muthusami Paadalgal
(Songs)

Author: Vaiyampatti Muthusami ©

First Edition: January 2018
Second Edition: June 2022

Cover Design & Book Layout: Pon.Vasudevan

Demy 1/8 Size | NS Maplitho | 153 pages

Published by:
Jairigi Pathippagam
No.52/1, 2nd Cross, 2nd Main Prakash Nagar,
Bangalore - 560021.
8643 842 772 • ajbookworld@gmail.com

ISBN: 978-81-936795-0-0

₹ 200

சமர்ப்பணம்

இயற்கை வேளாண் விஞ்ஞானி
கோ.நம்மாழ்வார் அவர்களுக்கு...

பதிப்புரை

தமிழ் கூறும் நல்லுலகிற்கு முதற்கண் வணக்கங்கள்,

ஒரு புதிய பதிப்பகம் ஆரம்பிக்கும் எவருக்குமே அவர்களது முதல் புத்தகம் முத்தாய்ப்பாக அமைய வேண்டும் என்பது ஒரு விருப்பமாக இருக்கும். எங்கள் விருப்பம் இவ்வளவு அழகாக ஈடேறி இருப்பது அந்த கடவுளின் அருள் அன்றி வேறேது.

முதல் புத்தகம் சமூக சிந்தனை உடைய, இயற்கையை போற்றும், படிப்பின் மேன்மையை உயர்த்தும், பெண்மையை உயர்த்தும், பகுத்தறிவை ஊட்டும் கருத்து செறிந்த புத்தகமாக அமைய வேண்டும் அதுவுமல்லாது ஒசூரை சேர்ந்த எழுத்தாளரதாகவுமிருக்க வேண்டும் என்று சிந்தித்த பொழுது என் முன்னால் வந்து சென்ற முகம் ஐயா வையம்பட்டி முத்துச்சாமி அவர்களுடையது.

அவரை முதன் முதலாக ஒசூர் அருகே நடந்த ஒரு இயற்கை நல்வாழ்வியல் பயிற்சியில் சந்தித்தேன். அவரது பாடல்களில் ஒலிக்கும் நயமும், சொல் வளமும், கருத்து செறிவும் கேட்கும் எவரையும் கட்டி போட்டுவிடும். அவரது பாடல்களின் சுவையை ரசித்து கொண்டே ஒசூர் வரை வந்தது ஒரு பெரும் வரம் என்றே கூறலாம்.

எளிய மனிதர்களின் வார்த்தைகளில் இலக்கண பிழை இருப்பது ஒரு குற்றமே அல்ல. அதுவும் ஒரு அழகுதான். வார்த்தைகளில் கவனம் செலுத்தாமல் அவை சொல்லும் அன்பில், காதலில், லயித்துவிடுங்கள்.

இந்த புத்தகத்தின் மற்றுமொரு சிறப்பம்சம் தோழர் அண்ணன் பவா செல்லதுரை அவர்களின் அணிந்துரை. அவருடைய அன்பின் வெளிப்பாடு இன்று தொடங்கிய எமது பதிப்பகம் மென்மேலும் வளர உறுதுணையாக இருக்கும்.

இந்த புத்தகம் பலரது உழைப்பின் கூட்டு முயற்சி. வெளிவர உறுதுணையாக இருந்த அனைத்து ர்களுக்கும், எனது குடும்பத்தினருக்கும் நன்றிகள் பல.

பதிப்பக உலகில் என்னை ஆளுமை ஐயா திரு.கௌரா ராஜசேகர் அவர்கள். என்னை மென்மேலும் ஊக்கப்படுத்தும் அவரின் வார்த்தைகள் வழிகாட்டும். இப்புத்தகம் வெளிவர உதவிய தோழர் மணிஎழிலன் அவர்களுக்கும், ஆலோசனைகள் வழங்கும் இனிய நந்தவனம் சந்திரசேகரன் அவர்களுக்கும் நிழற்படம் எடுத்த தோழர் முத்துவேல் அவர்களுக்கும் நன்றிகள் உரித்தாக.

இந்தப் புத்தகத்தினை இயற்கை விஞ்ஞானி ஐயா நம்மாழ்வார் அவர்களுக்கும், காலஞ்சென்ற எனது நண்பன் திரு.பரணி (மகுடஞ்சாவடி) அவருக்கும் அர்ப்பணிகின்றேன்.

என்றும் நன்றியுடன்

த.அசோக்குமார்

ஒசூர்

8643842772

உருவாக்கமல்ல... பிறத்தல்...

- பவா செல்லதுரை

இருபதாண்டு இடைவெளியில் ஒரு கவிஞனின் ஒரு சொல் வேண்டி இரண்டு மணி நேரம் காற்றிலலைந்தேன். இரு நாட்களுக்கு முன் விடாது பெய்த மழையினூடே திண்டுக்கல் புத்தகக் கண்காட்சியில் உரையாற்ற நண்பர்களுடன் புறப்பட்டேன். நிகழ்ச்சிகள் எப்போதும் எனக்கு இரண்டாம் பட்சம்தான். எப்போதும் பயணமும், உடனிருக்கும் நண்பர்களுமே அந்நிகழ்வையும் சேர்த்துப் பொலிவூட்டுகிறார்கள்.

அன்று என்னுடன் நண்பன் கார்த்தியும் இன்னொரு நண்பன் கிருஷ்ணமூர்த்தியும் சேர்ந்து கொண்டார்கள். வண்டி திருக்கோவிலூர் தென்பெண்ணையாற்றைக் கடக்கும்போது கவனித்தேன். ஆற்றில் நீக்கமற நீர் மெதுவாகப் புரண்டு வந்து கொண்டிருந்தது, நிறைந்திருந்த வேலிகாத்தான் முள் செடிகளில் மோதியவாறு.

காரை நிறுத்தி, பாலத்தில் நின்று வெகுதூரம் வரை பார்த்தோம். கபிலர் குன்றும், அரகண்டநல்லூரும் மங்கலாகத் தெரிந்தன. பாலத்திற்குக் கீழே சத்தமின்றி நீர் மண்ணுளிப்பாம்பு போல ஊர்ந்து கொண்டிருந்தது. இனி இந்த இரவெல்லாம் அது பெருகும். ஆனால் அதற்கான முன் அறிகுறி எதுவுமின்றி அது மெல்ல நகர்ந்து, எனக்கொரு புன்னகையை தந்தது. இயற்கை மறுபடி மறுபடி தான் எத்தனை உன்னதமானது என்பதை எப்படி எப்படியோ நம்முன் ஸ்தாபித்துக் கொள்கிறது.

நீரே நினைவுகளை எப்போதும் மீட்டெடுத்து என்முன் போட்டிருக்கிறது. நீர் ஒரு வீரியமான விந்துத்துளியைப் போல என்னுள் இறங்கி என் கதையைக் கருக்கொள்ள வைத்திருக்கிறது. அன்றும் அதே நீர்தான் இருபதாண்டுகளுக்கு முன் நான் தொலைத்த ஒரு கவிஞனின் சொல்லை, குரலைத் தேடியலைய வைத்தது. ஏறக்குறைய இரண்டு மணிநேரத் தேடுதலுக்குப்பின் நான் அவன் குரலைக் காற்றில் ஸ்பரிசித்தேன். எந்தப் பிசிறுமின்றி, வாழ்வின் மூர்க்கத்தனமான அலைக்கழிப்பின் எந்த வலியுமின்றி அவன் பெருங்குரலெடுத்துத் தொலைபேசி வழியே எனக்கான அவன் பாடலைப் பாடினான்.

"இது உரிமையினால் நான் எடுத்துக் கொள்கிற அத்துமீறல் இல்லையா? உன்னை ஒருத்தன் நடுராத்திரியில் எழுப்பி கதை சொல்லச் சொன்னால் சொல்வியா?"

"சொல்வேன்"

எனக்குள் ஒரு கேள்வித்தீ ஆளுயரம் எழுந்து உடன் பதிலால் அணைந்தது.

''நீ பாடு முத்துசாமி''

''எந்தப் பாட்டு பவா?''

''கருவேலங்கா கொலுசுதான்''ன்னு

''ஒரு வரி வருமே அந்தப் பாட்டு அவ காலுக்கது புதுசுதான்னு''ன்னு

அதற்காகவே காத்திருந்தது போல முத்துசாமி பாடுகிறான்.

''மூக்குத்தி, மூக்குத்தி, மூக்குத்தி,
மூக்குத்தி, மூக்குத்தி, முக்குத்தி
மூக்குத்திப் பொட்டுக்கு ஜிகினாப் பேப்பரை
ஒட்ட வச்சி பாக்கும் சின்னப் புள்ள,
தொங்கட்டானுக்கு வெண்டக்கா காம்ப
எச்சித் தொட்டு வைக்கும் செல்ல புள்ள,
''சோளத்தக்கையிலே ஒரு கண்ணாடி
இன்னும் என்னென்னமோ வரும் முன்னாடி''

வரிகளின் கனம் தாங்காமல் என்னோடு சேர்ந்து மூன்று பேரும் விசும்பும் சத்தம் கேட்கிறது. அந்த இன்னொரு ஆள் எங்கள் கார் ஓட்டுநர் ரமேஷ்.

முதல் பாட்டின் நிறைவில் நான் முத்துசாமியிடம் குசலம் விசாரிக்கிறேன்.

''எப்படி இருக்கிற முத்துசாமி?'

''நல்லா இருக்கேன் பவா, ரெண்டு பையன். பெரியவன் பெங்களூர்ல வேலை பாக்குறான். இன்னொருவன் ஐ.டி.ஐ. படிக்கிறான்''

''இன்னும் பாடட்டா பவா?'' அவன் பாடல் அவனை உந்துகிறது.

''இரு நண்பா, உனக்கு இண்டிகார்ப்புல வேலை போனப்புறம் வேற வேலைக்குப் போகலையா?''

எதிர்ப்பக்க மௌனம் அப்போதே என்னை அடைகிறது.

''ஏன் போகலை பவா, பத்திருபது வேலைகளுக்குப் போனேன். எதுவும் நிலைக்கல''

அவன் சொல் தொண்டையிலேயே சிக்குகிறது. ''போப்பு ஓட்டலுக்குக் காய்கறி வாங்கித் தர்றவனா ரெண்டு வருசம் ஓடுச்சு, ஒசூர் பஸ் ஸ்டேண்ட்ல இட்லிக்கடை போட்டேன், வீட்டுத் தாவாரத்திலேயே ஒரு பங்க் கடை...''

''போதும், போதும் முத்துசாமி'' தாங்கல எனக்கு

இதென்ன புதுசா நமக்கு? பாரதியில் ஆரம்பித்து, புதுமைப்பித்தனில் தொடர்ந்து இன்று எழுத வருகிற ஒரு சிறு பையனையும் அவன் முடியைக் கொத்தாகக் கையில் பிடித்து ஆட்டி அலைக்கழித்து, துப்பிப் போட்ட பனங்கொட்டை மாதிரி தெருவில் போட்டுத்தானே நமக்குப் பழக்கம்.

''நான் இன்னொரு பாட்டு பாடவா பவா''

''இரு... இரு... சொல்றேன்''

வெப்பம் தாங்காமல் என் தொலைபேசியை அணைக்கிறேன். என் முன் இருக்கையில் உட்கார்ந்து கொண்டு தலையைத் திருப்பி என்னையே அவதானிக்கும் என் கார்த்திக்கு முத்துசாமியைப் பற்றிச் சொல்ல ஆரம்பிக்கிறேன்.

''வழக்கம் போல் வருடம் நினைவில் இல்லை கார்த்தி. திருச்சியில் தமுஎச-வின் எழுத்தாளர்கள் மாநாடு அது''

அன்று எங்கள் அறையில் மட்டும் இருபது பேர் அடைந்திருந்தோம். அது தூங்கும் அறையில்லை. இரவெல்லாம் விழித்திருந்து கதைகளாக, கவிதைகளாக, பாட்டாக, இசையாக என்று அந்த இரவை நாங்கள் கலையால் நிரப்புவோம். எப்போதும் போல அன்றும் எங்கள் கந்தர்வனே அதற்குத் தலைமையேற்றார்.

பல சமயங்களில் மேடையில் முற்போக்கு குழுக்கங்களுக்கு, அறையில் பின் பிற்போக்கு கதைகளாய் பேசிக்கொள்வோம். இந்த மனித முரண்தானே எப்போதும் வாழ்வும் இயக்கமுமாய் இருக்கிறது?

பாலியல் கதைகளுக்கென்றே எங்களுக்குள் ரகசியமாய் நடந்த பிரத்யேக அமர்வுகள் கூட உண்டு. எதற்கும் கட்டுப்படாத காட்டுச் செடிகளென கலைஞர்கள் திரிந்த காலம் அது.

எங்கள் குதூகலத்தினூடே கவனித்தேன். தலை சொட்டையாகி, முட்டைக் கண்களோடு ஒரு இளைஞன் சபையில் முந்துவதை. சத்தத்தின் அடங்குதலுக்காக உள்ளுக்குள் காத்திருந்தேன். கிடைத்த இடைவெளியில் அவன் கைப்பற்றி என்ன வேணுமென கண்களால் விசாரித்தேன்.

"நான் நல்லா பாடுவேன்"

ஈரத்தில் மண்ணைக் கீறிக் கொண்டு ஒரு வீர்ய விதை இப்படித்தான் வெளியே வரும். நான் தாவரம், பெருமரம். என்னை கவனி. முத்துசாமி என்ற பெருமரம் அந்த இரவில் எங்கள் அறையின் கான்கிரீட் கலவையை மீறி களத்துக்கு வந்தது.

"பாடுடா" இது கந்தர்வன்.

அவன் பாட ஆரம்பித்தான். அந்த இரவு முழுக்கப் பாடினான். அவன் பாடலினால் மட்டுமே அந்த இரவு நிறைந்த விடிந்ததும். தூக்கம் தொலைத்த சிவப்பேறிய கண்களோடே காவிரியில் குளிக்கப் போனோம். அப்போதும் எங்களுக்கு பின் வந்தவர்களோடு முத்துசாமி பாடிக் கொண்டே வந்தான்....

ஓடும் காவிரியில் நான் ஒரு கை நிறைய நீரள்ளி அவன் முகத்தில் எறிந்தேன். அது அவன் பாடல் மீது பட்டுத் தெறித்து கீழிறங்கி நதியோடு கலந்தது.

நான் சற்றேறக்குறைய பித்து நிலையிலிருந்தேன். இதுமாதிரி எத்தனை பாட்டு தெரியும் முத்துசாமி? என்று கேட்டேன்.

"ரெண்டாயிரம்"

"இரண்டாயிரமா?"

"அதுக்கும் மேல தோழர்"

உற்சாகம் பீறிட அவன் மீது பாய்ந்து பாரதி கிருஷ்ணகுமார் அவனை நீரில் அமுக்கினார். அவன் திமிறல் எங்கள் எல்லோராலும் ரசிக்கப்பட்டது.

வையம்பட்டி முத்துசாமி என்ற பாடலாசிரியன் அல்லது கவிஞன் அல்லது பாடகன் இப்படித்தான் எங்களுக்குள் வந்தான்.

அன்று உணவு இடைவேளையில், மாநாட்டு மேடையில் முத்துசாமியை பாடவைத்தோம்.

அடுத்த நாளும் மாநாட்டு நிகழ்ச்சி நிரல் நீண்டது போல்தான் இருந்தது. அதெல்லாம் என் நினைவில் இப்போது இல்லை. கிடைத்த எல்லா இடைவெளிகளிலும் முத்துசாமியைப் பாட வைத்து நாங்கள் கேட்டுக் கொண்டிருந்தோம். கந்தர்வனும், எஸ்.ஏ.பி.யும் போட்ட சத்தமான 'சபாஷ்' மேடையிலிருந்தவர்களைத் திரும்பி பார்க்க வைத்தது.

அடுத்த நாள் அவன் பாடல் வரிகளை நெஞ்சு நிறைய சுமந்து கொண்டு வீடு வந்து சேர்ந்தோம். பார்க்கிற எல்லோரிடமும் நாங்கள் அவன் வரிகளை சொல்லி சொல்லி வியந்தோம்.

''அதன் பிறகு நீங்க எங்க சார் அவரை பாத்தீங்க?''

அடுத்த ஆறாவது மாதம் கோயம்புத்தூர்ல மார்க்கிஸ்ட் கம்யூனிஸ்ட் கட்சியின் அரசியல் மாநாடு. நான்கு நாள் மாநாட்டுத் திடலுக்குள் நுழையும்போது தோழர். இ.எம்.எஸ். நம்பூதிரி பாட்டுக்கு பக்கத்தில் வையம்பட்டி முத்துசாமி.

அந்த கணம் நான் உறைந்து போனேன்.

ஒரு கலைஞன், அவன் கண்டெடுக்கப்பட்ட அடுத்த ஆறாவது மாதத்தில், இந்தியாவின் ஒரு மாபெரும் அரசியல் தலைவனுக்கருகில் அமர வைக்கப்பட்டுள்ளன். இது வேறெந்த இயக்கத்தில் சாத்தியம்?

முத்துச்சாமி கீழிறங்கி வரும்வரை மேடையருகே நின்றிருந்தேன். மேடையை விட்டிறங்கும் முன் அவனை ஆரத்தழுவிக் கொண்டேன்.

''எத்தனைப் பெரிய வாய்ப்பு இது முத்துசாமி?''

''எது?''

''இ.எம்.எஸ். பக்கத்துல உன்னை உட்கார வச்சது!''

அவன் திரும்பி மேடையைப் பார்க்கிறான்.

''அந்த குள்ளமான பெரியவரா?''

''ஆமாம் அவர்தான் இ.எம்.எஸ்.''

''எனக்கு அவரையெல்லாம் தெரியாது பவா, நான் தினத்தந்தி பேப்பர் கூட படிக்க மாட்டேன்''

நான் அதிர்ந்து போனேன்.

இவன் உருவானவனல்ல. பிறந்தவன்.

அடுத்தடுத்து முத்துசாமியை நாங்கள் நடத்தின எல்லா நிகழ்வுகளுக்கும் அழைப்போம்.

மகன் பிறந்த நாற்பதாவது நாள் ஒரு டர்க்கிடவலால் குழந்தையை சுற்றி எடுத்துக் கொண்டு திருவண்ணாமலைக்கு வந்ததும், உடன் பாடச் சொன்னபோது மேடையின் கீழே அப்பிஞ்சுக் குழந்தையைக் கிடத்திவிட்டு,

''விழிகளில் பரிணமிக்கும்
வித்தொன்று முத்தம்
அழகு கொலுவிருக்கும்
பத்துமாத ரத்தம்.
புவியும் வரைந்தது
பூ விழுந்த சத்தம்
மகவு பெண்ஆனதால்
மடிந்ததென் சித்தம்''

உச்ச ஸ்தாயியில் “பொண்ணு பொறக்குமா? ஆணு பொறக்குமா?” என மொத்த கூட்டத்தையும் உறை நிலைக்கே கொண்டு போனவன் அவன்.

மேடைகளில், அறைகள், தரும் தனிமையில், போதையில் ''நீ சினிமாவுல இருக்க வேண்டியவன்டா, உன்னை உச்சத்துக்கு கொண்டு போறேன்''ன்னு சொன்ன பல இயக்குநர்களை நானறிவேன். அடுத்த நாளே அக்கொடுங்கனவு எல்லோருக்குமே கலைந்துவிடும். அதையும் மீறி இவர்களை மாதிரி கலைஞர்களை திரையில் பாடவைக்க எவர் எடுத்த முயற்சிகளும் எப்போதும் வென்றதில்லை.

ஏன் கரிசல் குயில் கிருஷ்ணசாமியும், சுகந்தனும், முத்துசாமியும், ரெண்டேரிப்பட்டு கோவிந்தனும் சினிமாவுக்கு பாடியாக வேண்டும்?

தடித்த கண்ணாடியால் தடுக்கப்பட்ட அக்குளிரறைகளில் எங்கள் கலைஞர்களின் குரல் ஒடுங்கும். ஆயிரமாயிரம் மக்கள் மத்தியில் மங்கிய மஞ்சள் விளக்குகளுக்கு முன் அவர்கள் தங்கள் குரல்களால் கிராம இரவுகளை நிறைத்தவர்கள்.

தன் பாடல்களை மனதார விரும்பிய ஒரு தோழிக்காக இரவு முழுக்க ஒரு நூறு பாடல்களை பாடியவன் எங்கள் சுகந்தன்.

இவர்களின் வாழ்வு, இவர்களின் பாடல், இவர்களின் உலகம் எல்லாமே வேறு.

இவர்களைப் போல வந்து போனவர்கள் பலநூறு பேர். அவர்கள் பாடியிருக்கலாம். கேசட் போடலாம், குழுக்கள் ஆகலாம். மனதில் நிற்பவர்கள் எப்போதும் அசலான கலைஞர்கள் மட்டுமே. அதுவே அந்த கார் பயணத்தில் எனக்கு மீண்டும் மீட்டுத்தந்தது முத்துசாமியை.

காலம் எப்போதும் அவர்களை சல்லடைப் போட்டு சலித்து எடுத்து விடுகிறது.

என்னுரை

ஏதையும் முறையாக கத்துக் கொள்ளாத பயணம், பார்ப்பதும், கேட்பதுவுமே உந்து சக்தியாகி எழுதத் தூண்டுகோலானது பாமரசனங்களின் பேச்சும், படிப்பாளர்கள் உரைவீச்சும் மேலும் ஊக்கப்படுத்தி இன்று புத்தகமாக உங்கள் கைகளில் தவழ்கிறது.

நான் எழுதுவது கவிதையா, பாட்டா, உரைநடையா, எதுகையும், மோனையும் உள்ளதா, தாளம் தட்டுதா, சந்தம்தான் உள்ளதா அது இன்றளவும் எனக்கு புரியாத புதிர். ஆனாலும் எழுத வேண்டும் என்ற ஆர்வம் மனதில் தீக்குச்சியை கொளுத்தி போடுகிறது. மரம் சும்மா இருந்தாலும் காற்று இலைகளையும் கிளைகளையும் ஆட்டத்தானே செய்கிறது. உள்ளமும் உணர்வும் சமூக கேடுகளால் நசுக்கப்படும்போது வலிக்கத்தானே செய்கிறது.உணர்வும் வேதனையும் பேனாவை பிடிக்க சொல்கிறது.

நாவல்களும், சிறுகதைகளும் சங்கப்புலவர்களால் பரிசீலிக்கப்பட்டா அரங்கேற்றம் செய்யப்படுகிறது. எழுத்தின், இலக்கணத்தின் குறைகளை காலம் செதுக்கும், திருத்திக் கொள்வேன். பாடல்களில் ஜீவன் இருக்கிறதா, பார்ப்பவரை கேட்பவரின் சிந்தனையை தூண்ட முயல்கிறதா, நான் சொல்ல வந்ததை முற்றாக இல்லாவிட்டாலும் கொஞ்சமேனும் போய் சேர்த்துகிறதா என்பதில் கவனம் பதிகிறது. ஒரு பாட்டு பாடியதும் “போதும் போ” என்று முகம் சுளிக்காமல் இன்னும் பாடு என்கிறபோது நானும் பாடகனாகி போகிறேன் அல்லவா, அப்படி பாடிக்கொண்டிருந்த ஒரு வேளையில் தோழர். பவா செல்லதுரையால் அறிமுகப்படுத்தப்பட்டேன். சரியாக முப்பது ஆண்டுகளுக்கு முன் த.மு.எ.க.ச திருச்சி மாநில மாநாட்டில் ஒரு முழு இரவு பாடகனானேன் பல எழுத்துலக ஜாம்பவான்களுக்கு முன். இதைவிட வேறென்ன தகுதி வேண்டும் நானும் எழுத்தாளன், கவிஞன் என்று சொல்லிக் கொள்ள.

வேலூர் மாநாட்டில் பாடிக்கொண்டிருந்தபோது “வைகறை கோவிந்தன்” எனது பாடல்களை கேட்டு வாங்கி இன்றளவும் தன் இனிய குரலால் எனது பாடல்களை பரப்பி வருகிறார், அவருக்கு எனது உளப்பூர்வமான நன்றி. கரிசல் கிருஷ்ணசாமி, கரிசல் கருணாநிதி, மதுரை சந்திரன் மூலமாக ராம்ஜி நிறுவனத்தால் வந்த பாடல் கேசட்டுகள் ஏராளம். அவர்களுக்கு நன்றி சொல்ல கடமைப்பட்டுள்ளேன். கே.ஏ.குணசேகரன், திருவுடையான் சுகந்தன், உடுமலை துரையரசன், செல்லாங்குப்பம் சுப்பிரமணி, உத்தமன் செந்தில்வேலன், முகில்

பரமானந்தம், பேரா.காளீஸ்வரன், டாக்டர்.சிவா, மதியழகன், அன்புமணி, செல்வம், தவில் கலைஞர் விநாயகம், ரஜினி, மற்றும் த.மு.எ.க.ச தமிழ்செல்வன், காவேரிதுறை வெனிஸ் உமா சங்கர், மதியழகன், சங்கர்ராம், உமாசங்கர்," மகிழ்ச்சி படத்தில் அறிமுகம் செய்த பூபாளன் கலைக்குழு ப்ரகதீஸ்வரன் அவர்களுக்கும் மற்றும் கவிஞர்கள் ஏகாதசி, நவகவி, தனிக்கொடி அவர்களுக்கும் மேலும் என்னை ஊக்கப்படுத்தி எழுதத் தூண்டும் கவிஞர் செம்பருதி, இளமுருகு பாண்டியன், வனவேந்தன், வழக்கறிஞர்கள் ரொசாரியோ, கிருஷ்ணமூர்த்தி, மற்றும் சமர்ப்பா குமரன், சாமுவேல், சிருஷ்டி கார்த்தி, கலைத்தாய் அறக்கட்டளை மாதேஸ்வரன், வானகம் ஏங்கல்ஸ் ராஜா, மருதம் குமார், வெற்றி மாறன், ஆலம் விழுதுகள் செந்தில், தங்கவேல் ஐயா, பொள்ளாச்சி ரவி அவர்கட்கும், அணிந்துரை வழங்கிய தோழர். பவா செல்லதுரை அவர்கட்கும் எனது மனமார்ந்த நன்றிகள்.

இப்புத்தகத்தை வெளிக்கொணர உத்தேசித்து முயற்சி எடுத்த "ஜெய்ரிகி பப்ளிகேஷன்ஸ், ஒசூர் திரு.தம்புராஜ் அவர்களுக்கும், அவரது புதல்வர் திரு.அசோக்குமார் (சாய் ரமணா) அவர்களுக்கும், தட்டச்சு புரிந்து உதவிய திருமதி.திவ்யா அசோக்குமார் அவர்களுக்கும், திருமதி மலர்விழி ஜெயராஜ் அவர்களுக்கும், புத்தகமாக்கிய கவிஞர் மணிஎழிலனுக்கும், நிழற்பட கலைஞர் திரு.முத்துவேல் அவர்களுக்கும் நன்றிகள்.

எல்லாவற்றிற்கும் மேலாக என்றும் என்னுடன் அன்பு சண்டையிடும் துணைவியார் நிர்மலா தேவிக்கும், பரமரசிகையான தங்கை புனிதவள்ளிக்கும், செல்ல மகன்கள் ரவிக்குமார், ரேவன்குமார் அவர்களுக்கும், இன்றளவும் முகமறியாமல் பாடிக்கொண்டிருக்கும் ஏராளமான நாட்டுப்புற கலைஞர்களுக்கும் நன்றியையும் வணக்கத்தையும் பதிவு செய்கிறேன்.

என்றும் அன்புடன்
வையம்பட்டி முத்துச்சாமி
L 276/524 பகுதி-10
TNHB, ஒசூர், கிருஷ்ணகிரி (DT)
PH: 9677821681

1. கத்தரிக்காய்க்கு குடைப்பிடிக்க

கத்தரிக்காய்க்கு குடைப்பிடிக்கக்
கத்துக் கொடுத்தது யாரு? - அந்த
கடலைக்கொட்டைக்கு முத்துச் சிப்பிபோல
மூடி வச்சது யாரு?
பூசணிதலையில் பூவை அழகா
முடிஞ்சு வச்சது யாரு - அட
வாசனை இல்லா காகிதப்பூவுக்கு
வர்ணம் அடிச்சது யாரு?
யாரு யாரு யாரு காரணம்
தெரிஞ்சா கூறு கூறு கூறு

பருத்திச் செடிக்குப் பஞ்சு மிட்டாயைத்
தின்னக் கொடுத்தது யாரு - இந்தப்
பனை ஓலைக்குள்ள நிறைச்சுக் காத்த
மறைச்சு வச்சது யாரு?
ஆலமரத்துக்கு அத்தனை ஊஞ்சலை
ஆடக் கொடுத்தது யாரு?
ஆத்துல குளிக்காத மல்லிகைப் பூவுக்கு
அத்தனை வெண்மை ஏது?
ஏது ஏது ஏது
காரணம் தெரிஞ்சா கூறு கூறு கூறு

சுண்டக் கடலையின் கொண்டைவனப்புக்
கண்ணைப் பறிக்குது பாரு - அந்த
வெண்டைச் செடியும் விரலை நீட்டி
கேள்வி கேக்குதா பாரு!
மாங்கனிக்கு மணி மூக்கு வச்சு
மயக்கவச்சது யாரு?
மட்டைக்குள் இருக்கும் தேங்காய்க்கு
கண்ணை ஒட்டவைச்சது யாரு?

யாரு யாரு யாரு காரணம்
தெஞ்சாக் கூறு கூறு கூறு

சூரியனையும் திரும்பிப் பார்க்கும்
சூரிய காந்தியப் பாரு - அந்தத்
தொட்டாச் சிணுங்கி பட்டுன்னு மூடிக்க
கட்டளை போட்டது யாரு
தாமரைத் தண்டுக்கு நீந்தத் தெரியாது
தண்ணீரில் நிக்குது பாரு! - அட
தாவி மரத்துல ஏறும் கொடிக்கு
காலு இருக்குதா பாரு!
பாரு பாரு பாரு
காரணம் தெரிஞ்சா கூறு கூறு கூறு

இயற்கை அன்னை படைப்பினிலே
கிடைப்பதெல்லாம் அழகு
இடையில் வந்த மனிதனாலே
விளையுது ரொம்ப அழிவு
அழிவில் இருந்து ஆக்கம் காண்போம்
அன்பு கொண்டு பழகு! - அட
தெளிவுடைய சிந்தனையால்
வாழும் இந்த உலகு...

2. கண்ணை உறுத்தும்படி

கண்ணை உறுத்தும்படி எங்கள் ஊர்
கள்ளிச் செடி அழகு
உள்ளம் கசங்கும்படி எங்கள் ஊர்
ஊமத்தம்பூ அழகு
நொண்டிக்குதிரை ஏறும் எங்கள் ஊர்
ஐயனார் சிலையழகு
நூறு கதைகள் சொல்லும் எங்கள் ஊர்
மாரிக்கிழவியும் அழகு

கோல இசை முழங்கும் எங்கள் ஊர்
ஆலமரம் அழகு
கோழியலகு சேவல் அழகு கூடிச் செல்லும்
மந்தை ஆடும் அழகு
ஆலமரத்தடியில் காவல் காக்கும்
அருக்காணியின் நாயழகு
ஊர்க்கிணறு அழகு அதன் உருளை
சத்தமும் அழகு

கயித்துக் கட்டிலில் கடை பரப்பி
முறுக்கு விற்பதும் அழகு அதில்
காக்காய் ஒன்றைக் கௌவ்விச் செல்ல- சனம்
கூச்சலிடுவதும் அழகு
களையெடுப்புக்குக் கஞ்சித்தூக்கோடு
அணி பிரிப்பதும் அழகு
காஞ்சதலையை விரலால் கோதி
கை முடிவதும் அழகு

மண் சுவத்து ஓலைக்குடிசையில்
திண்ணை இருப்பதும் அழகு
வாஞ்சையும் பேசும் மக்கள்
வார்த்தை மழலை மொழியும் அழகு
கல்லும் அழகு முள்ளும் அழகு
கந்தலிலே வாழும் உள்ளம் அழகு
அகமும் புறமும் அனைத்தும் அழகு
சாதி இதிலே எந்த அழகு?

3. மஞ்சு விரட்டா நெஞ்சுக்குள்ள

மஞ்சுவிரட்டா நெஞ்சுக்குள்ள
நினைவு விரட்டுது ஊர்
மண்வாசம் தாய்ப் பாலா
மண மணக்குது

கஞ்சிக்கூடை தூக்கும் போது
போட்டு உடைச்சதும் ஒரு
கூனாங்கொடி ஊஞ்சல் கட்ட
அறுந்து விழுந்ததும்

குலவச் சத்தம் போட்டு கிட்டு
கூட்டாஞ்சோறு ஆக்கி கிட்டு
உப்பு மூட்டைதூக்கி கிட்டு
குட்டிக்கரணம் போட்டு கிட்டு
வயல் வரப்புல நண்டு புடிச்சு
சுட்டு தின்னதும் நானும்
குட்டி ஆடாஆட்டு மடியில
பால் குடிச்சதும்

எருமைகெடாமுதுகில் குந்தி
ஆட்டம் போட்டதும் அந்த
மேச்சல் ஆடு கூடசேந்து
பாய்ச்சல் காட்டியதும்
சோளக்கதிரை கையால்
தேச்சு ஊதித் தின்னதும் அந்த
சொக்க பனைநுங்க நோண்டி
வண்டி ஓட்டியதும்

ஐயனாரு சாமிபோல
ஆட்டம் போட்டதும் அந்த
அடுப்புக்கரிய தேச்சுப்
புலிவேசம் போட்டதும்
மாமன் ஊரு போயி நானும்
மாடு புடிச்சதும் அந்த
மஞ்சளை கரைச்சு அத்தமவ
ஊத்த வேட்டி நனைஞ்சதும்

மாடு மேய்ச்ச பொட்டல் காடு
அணில் புடிச்ச மரப்பொந்து
ஆலவிழுதில் தூளிகட்ட

அறுந்து விழுந்த நெத்திவடு
கன்னிமாரு கோவில் கூத்து
கெடாவெட்டு காது குத்து
அத்தனையும் நெஞ்சுக்குள்ள அலையடிக்குது ஆனா
வயித்து பொளப்பு தேடி ஊரு விரட்டியடிக்குது.

4. ஆசை எனக்கொரு ஆசை

ஆசை எனக்கொரு ஆசை - என்
அடிமனசில் வந்த ஓசை
அதை ஆரத்தழுவுது இசை

தொப்பை இல்லாத போலீஸ்காரரை
எப்பவும் பார்க்க ஆசை அவர்
மாமூல் வாங்காமல் பணியை செய்ய
மனதில் எனக்கொரு ஆசை
கற்பழிப்பில்லாத காவல் நிலையத்தை
கண்டு தரிசிக்கஆசை அந்த
கள்ள சாராயத்தைகுடிச்சேஒழிக்காமல்
கண்டு அழித்திட ஆசை

நீதிமன்றத்தில் நேர்மைக்காக மட்டும்
வக்கீல் வாதிடஆசை - வரும்
கட்சிக்காரன் சொத்த வக்கீல் பீசாக்காமல்
மிச்சம் மீதிவைக்கஆசை
நீதிதேவதையும் நொந்து போகும்முன்
வழக்கை முடித்திடஆசை
சதிகாராங்கள் தப்பிக்க ஓட்டை இல்லாமல்
சட்டம் இயற்றிட ஆசை
தாலுக்கா ஆபீசில் சம்திங் கொடுக்காமல்
சான்றிதழ் வழங்கிட ஆசை - நம்ம
ரேசன்கடையில எடை குறையாமல்

பொருள் வழங்கிட ஆசை
எம்ப்ளாய்மெண்டில் பதிந்தவர்க்கெல்லாம்
வேலை வழங்கிடஆசை
எல்.கே.ஜி., யூ.கே.ஜி. பிள்ளைகளின் பாடச்
சுமை குறைந்திட ஆசை

ஊழல் செய்பவரைஆட்சியில் வைக்காமல்
ஓடவிரட்டிட ஆசை
ஊமையாய் இருக்கும் சனங்கள் எழுந்து
ஓங்கி முழங்கிட ஆசை
சாதிமத இன வெறிமறந்து
காதல் மலர்ந்திட ஆசை
சன சமுத்திரம் அனைவரும் இங்கு
சமமென வாழ ஆசை ...

5. அப்பாவும் ஐயனாரும்

அப்பாவும் ஐயனாரும் வேறு இல்லை - இந்த
அகிலத்துல அதுக்குமேல சாமி இல்லை
பெத்து வளர்த்து பேரு வச்சகுலசாமி
அப்புறம்தான் அறிஞ்சது என்னை இந்தபூமி

வீச்சருவாமீசை அந்தமீசை மேலஆசை
வெங்கலக்காசை அள்ளி வீசி எழும் ஓசை
ஆச்சரியமா இருக்கும் உச்சரிக்கும் பேச்சு
அச்சுவெள்ளமா இனிக்கும் நானிழுக்கும் மூச்சு

அற்புதமா கத்துக்கொடுக்கும் சுட்டுவிரலும் நடைவண்டி
ஆனையா உருமாரி சுமந்து போகும் அம்பாரி
திருவிழாவில் தோளில் குந்திட ஊரேபாக்கும் கண்காட்சி
தெய்வமும் வியந்து காணும் பொங்கும் ஆனந்தமே சாட்சி

ஆத்துல அயிரமீனா நீந்தவச்ச வாத்தியாரு இன்னைக்கு
எனக்குப் போட்டி இந்தஊரில் வேறுயாரு

கம்பெடுத்து சுத்துனாக்க காத்தும் கிட்டநெருங்காது
ஆயக்கலைகள் அத்தனைக்கும் அவரே சிவனாரு

நெஞ்சுக்குள்ள கோழிக்குஞ்சா அடைகாக்கும் தருமரு
நெத்திலிமீனுலயும் முள்ளெடுத்து கொடுபாப்பாரு
கண்ணு கலங்கி நின்னா தாவியணைக்கும் தாயாரு
சோகத்த தூசிதட்டி தெம்பு சொல்லும் பாசவேரு

கரும்பஉரிச் செடுத்து அரும் பரும்பாதருவாரு - என்
கன்னத்துல முத்தம் தர மீசைய வழிச் செடுப்பாரு
கோவப்பட்டு எழுந்து நின்னாகொலை நடுங்கும் அந்த
கோவம் தணிஞ்சு கொஞ்சும் போது பசியடங்கும்

அம்மாவயித்தில் சுமந்து பெத்து அறிவைக்கொடுத்தாள்
ஆலமரமாதாங்கி அப்பா மொத்தபேரையும் வளர்த்தார்
மறுபிறவி இருந்தா எங்கஅப்பாவுக்கே பொறக்கனும் அந்த
சுமைதாங்கி மார்பில் சாய்ந்து மெய் மறந்து கெடக்கனும்...

6. ஒட்டுமொத்த ரோசக்காரி

ஒட்டுமொத்த ரோசக்காரி
உலகளந்த பாசக்காரி
பட்டாசுவெடி பேச்சுக்காரி - அவ
சுட்டெரிப்பா சோம்பலவாரி

என்ஆத்தா செம்பருத்திஅவ
ஆயிரத்துல ஒருத்தி

அப்பனையும் கேள்விகேட்டு
திக்கு முக்கு ஆடவைப்பா
கொப்புறானே சத்தியமா ஒரு
பார்வையில நடுங்கவைப்பா

வாய் மூடி நிக்கவைப்பா
பேய் கணக்காஆட்டி வைப்பா - என்ஆத்தா

சட்டம் படிச்சிருந்தா புது
அம்பேத்கார் ஆகி இருப்பா
சட்டசபை போயிருந்தா
முதல் மந்திரியா தானிருப்பா

ஆளுமையில் போட்டி வைப்பா அவ
கொடிய நாட்டி வைப்பா - என்ஆத்தா

சுவத்திலே பால் கணக்கு
சொந்தமெல்லாம் மனக்கணக்கு
அப்பன் நடையோ தனிக்கணக்கு
சிக்கனத்தில் சிமுனி விளக்கு

தீர்த்து வைப்பாநின்ன நிலையில
நீதிபதியா ஆயிரம் வழக்கு - என்ஆத்தா

வாலெடுத்தா மங்கம்மா
வடிவெடுத்தா காளியடா
சொந்தத்துக்கு வேடந்தாங்கலடா
அவ ஒத்தாளு நூறு சேனையடா

அன்புக்கு அடுக்கு பானையடா
அதன்அளவு இந்த வானமடா - என்ஆத்தா

மேனி வண்ணம் குறைஞ்சாலும்
அஜந்தா ஓவியமடா
இன்னும் ஏழு தலைமுறைக்கு
இவதான் காவியமடா

வரலாற்று பொன்னேட்டில்
வாழும் குலசாமியடா - என்ஆத்தா

7. கண்டேன் கண்டேன்

கண்டேன் கண்டேன் கண்டேன்
காணாத சொப்பனம் நானும் கணடேன் - நான்
கண்டதை சொல்லவே ஓடி வந்தேன்
அதன் காரணம் இங்கே தேடி வந்தேன்

காட்டு இலாக்காவில் சந்தன மரங்கள்
களவு போவதா கனவு கண்டேன்
கமிசன் வாங்கி கொண்டு காவலரும் அங்கு
கண்டும் காணமலும் நிக்க கண்டேன்

காவல் நிலையத்தில் கள்ளச்சாராயம்
ஏலம் விடுவதாய் கனவு கண்டேன்
கடமை கண்ணியம் கட்டுப்பாட்டையும்
கை கட்டி காவலில் வைக்க கண்டேன்

அஞ்சு வருசத்து தேர்தல் வேதாளம்
முருங்க மரம் பாத்து ஏற கண்டேன்
பஞ்சமா பாதகம் கொஞ்ச நஞ்சமா

நெஞ்சு துடிக்க நடக்க கண்டேன்
பாரத தேவியை நாற்காலி சண்டையில்
பாஞ்சாலி அவலத்தில் பார்க்க கண்டேன்
சாரதியாய் நின்ற சோதரனும் மக்கள்
தாயின் அங்கத்தை ரசிக்க கண்டேன்

புண்ணிய பூமியில் அன்னியராய் சனம்
பொழுதும் உழைத்து வாட கண்டேன்
ஏழைக் கண்ணீர் மழையில் குடை பிடித்து
கனவாண்களாய் சிலர் மாறக் கண்டேன்
கல்வியெனும் கலைச்செல்வியை இங்கு
காசு பண்த்துக்கு விற்க கண்டேன்
அறிவு கண்ணை திறக்காமல் வாழ்வை மலடாக்கும்
கயவர் கூடாரம் நிறைய கண்டேன்

லஞ்சமென்னும் ஒரு பஞ்சவர்ணக்கிளி
பஞ்சனையில் கொஞ்சி ஆடக் கண்டேன்
வஞ்சனை மிரட்டல் வாழ்க்கை சுரண்டல்
நீதியை கூண்டிலே போடக் கண்டேன்

பொங்கி எழும் மக்கள் கோபத்தினால் இந்த
பூமியிலே புது மாந்தர்கள் கண்டேன் அதில்
அங்கம் வகிக்கனும் ஆனந்தம் காணனும்
ஆவேடப்பட்டு விழித்துக் கொண்டேன்...

8. கறுப்பு பொண்ணாம் கறுப்பு

கறுப்பு பொண்ணாம் கறுப்பு - இந்த
கதையக் கேட்டாச் சிரிப்பு
கனிஞ்ச நெருப்பு போல அவ
மனசு ரொம்ப வெளுப்பு
உனக்கு தான்யா கிறுக்கு
எதுக்கு மீசை முறுக்கு
உன் முகர கட்டையும் கறுப்பு தான்
முழியும் கூட கறுப்பு தான்
வெறுப்பு இருந்தா எடுத்துவிடேன்
பாக்கலாம் ஆம்பள முறுக்கத்தான்

அவ படிச்சிருக்கிற படிப்பு நல்ல
குடும்ப பாங்கு பொறுப்பு
அடுப்படி முதல் ஆபீசு வரை
அவ ரொம்ப துடிப்பு

அட கறுப்புலையும் வெளுப்புலையும்
இருக்குது ஒரே இனிப்பு - மனக்
கிறுக்கு தெளிஞ்சு பாத்தா
அத்தனையும் மினுமினுப்பு

இப்ப பொண்ணும் போறா ஆபீசு
ஆணுக்கு நிகர் ஆயாச்சு
எதுக்கு இந்த வீராப்பு - அத
எடுத்துச் சொன்னா பொல்லாப்பு

நகையும் தொகையும் கூட்டித்தந்தா
கறுப்பு ரொம்ப இனிக்குதாம்
தொகையும் நகையும் இல்லாட்டி
செகப்ப பாக்கவும் கசக்குதாம் அத

இன்னும் சொன்னா வெட்கக்கேடு
நாட்டுல நடப்ப கேட்டுப்பாரு
ஆணும் பெண்ணும் இப்படித்தான்
அலையுது ரொம்ப மானக்கேடு

9. அட என்னா நீ ஆம்பள

அட என்னா நீ ஆம்பள
குடிகுடிக்க வெட்கமில்லை
இப்படி பட்ட உன்னோட
எப்படி வாழ்வா பொம்பள

அட நான் பொலம்பரன் வீட்டுல
நீ கெடக்கற ரோட்டுல - தெரு
நாயுங் கூட மதிக்கல
நீ குடிச்ச குடியில

படிச்ச அத்தான்னு பாத்தா அவன்
விஸ்கி பிராந்தி குடிக்கிறான்
பட்டிக்காட்டு மாமன் ஊறல்
பட்டை தண்ணி அடிக்கிறான்

அட சட்டியில சோறில்ல
கட்டிக்கவும் துணி இல்லை இந்த
வெட்கங் கெட்ட பொளப்புல
வருசத்துக்கு ஒரு புள்ள

வெட்கம் மானம் அத்தனையும்
வித்துப் போட்டு வாரியே - உன்

இடுப்பு வேட்டியும் அவிழ்ந்து விழ
துப்புக் கெட்டு போறியே

சொத்து சுகம் அத்தனையும்
வித்து தினம் குடிக்கிற - உன்
அப்பன் வீட்டில் வாங்கி வான்னு
என்னை தினம் அடிக்கிற

என் ராசா நாம வாழ்ந்திருந்த
நெலைய எண்ணிப்பாரு
நம்ம போல ஊருக்குள்ளே
வாழ்ந்தவங்க யாரு - உன்
அருமை எனக்கு தெரியாதா
ஆசை உள்ள மாமா - இனியும்
குடியில் மூழ்கி குடும்ப வாழ்வு
குலைஞ்சு போகலாமா

10. அக்கம் பக்கம்

அக்கம் பக்கம் நடப்பதைப் பற்றி
அறிந்து கொண்டேனா
அழுகுரல் சத்தம் புலம்பல் கேட்டும்
கவலைப் பட்டேனா
பக்கத்து வீட்டில் இருப்பது
யாரென்று விசாரித்தேனா
பரிவுடன் நெஞ்சை தொட்டு நீயும்
கேட்டாயா வினா

இனிமயாக எங்கும் பேசக்
கத்துக் கொண்டேனா
இன்பம் பொங்க கூடிப்பேசி
சிரித்திருப்பேனா
மனிதனாக இருந்தும் அதன்படி

நடந்து கொண்டேனா
புலம்பும் மனிதா புத்திப் பசிக்கு
போட்டாயா வினா

மழலையோடு மழலையாக
ஆட நினைத்தேனா
மலர்கள் அழகிய வண்ணம் கண்டு
மயங்கி நின்னேனா
பழகிடும் பூனை நாய்கள் மீதும்
பாசம் கொண்டேனா
நிலவைத் தொட்ட மனிதன் கொஞ்சம்
மனதைத் தொட்டானா

உண்ணும் உணவை தட்டிப் பறிக்க
கோவப் பட்டேனா
ஒருவன் மட்டும் உயர்ந்து போக
கேள்வி கேட்டேனா
விண்ணும் மண்ணும் காற்றும் பொது
என்பதை மறந்தேனா
விலங்காய்த் திரிந்தவன் இனி மேலாவது
மனிதன் ஆவானா

11. இயற்கையோடு

இயற்கையோடு வாழப்பழகு மனிதா மனிதா
இயற்கையை வெல்லுவது எளிதாஎளிதா
செயற்கை தெரியுதிப்போஅரிதாஅரிதா- அந்த
செயல்களில் மறைந்திருக்குது துயரம் பெரிதாய்

மரம்செடி கொடிகள்யாவும் இயற்கை தந்தது
மயக்கும் மொழிபுள்ளினங்கள் இயற்கை தந்தது
குரங்கு முதல் விலங்குவகை இயற்கை தந்தது
கொடிய மலை நீர்ச்சுனைகள் இயற்கை தந்தது

மண்ணிலிருந்து கிடைக்காத பொருள்களும் உண்டா
மழைநீர் இல்லை என்றால் உலகமும் உண்டா
எண்ணில்லா பெருமையாவும் இயற்கைதந்தது
இயற்கையைச் சிதைப்பதாலே துயரம் மிஞ்சுது

இடி இடிப்பதை உன்னாலே தடுக்கமுடியுமா?
எரிமலையை கடலலையை அடக்கமுடியுமா?
அடிவானில் உதிக்கும் அழகை மறைக்க முடியுமா? - உன்
கால்நுனி மண்ணையும் படைக்கமுடியுமா?

நதிநீர் நஞ்சானது இன்று யாராலே
பூமிகெட்டு மலடானதும் இன்று யாராலே
காடு தந்த சீதனங்களை அழித்தது யாரு
காலநிலை கெட்டுப்போக காரணம் யாரு

மாற்றங்கள் தேடுவதே மனிதனின் புத்தி - எதையும்
மாற்றிடும் வலிமை கொண்டது இயற்கையின் சக்தி
விஞ்ஞானம் என்பது ஓர் அறிவியல் விளையாட்டு
வியப்பு எதுஎன்றால் இயற்கையை நீ காட்டு

12. மூக்குத்தி மூக்குத்தி மூக்குத்தி

மூக்குத்தி மூக்குத்தி மூக்குத்தி அம்மா
மூக்குத்தி மூக்குத்தி மூக்குத்தி

மூக்குத்தி பொட்டுக்கு ஜிகினா பேப்பர
ஒட்டவச்சுப் பாக்கும் சின்னபுள்ள
தொங்கட்டானுக்கு வெண்டக்கா காம்பு
எச்சி தொட்டு வைக்கும் செல்லபுள்ள

எண்ணெய் இல்லை தலை தென்னம்புள்ள
கிண்ணமில்லை சோறு திண்ண இல்லை எங்க
அண்ணன் புள்ள துணி ஒன்னுமில்லை அத
எண்ணவில்லை உடல் வண்ணமில்லை

மண்ணை குவிச்சு வச்சு குந்திக்குவா
வண்ணக் கூட்டாஞ்சோறு செஞ்சிக்குவா
உண்ணச் சொல்லி ஒரு கையில் மண்ணையள்ளி
கூட்டு பொரியல் அப்பளம் என்பா

கருவேலங்கா கொலுசுதான் அவ
காலுக்கு அது புதுசுதான் சோளத்
தட்டைக்குச் சியில கண்ணாடி இன்னும்
என்னென்னமோ வரும் முன்னாடி

சின்ன விரல்கள் கட்டும் மண்ணு வீடு
மகா ராணி போல எண்ணமோடு
தம்பி பையன் அங்கு வருவான் அத
கலைச்சு ஓடி வாழுவான்

உருண்டு புரண்டு கதறி மனம்
உடைஞ்சு போச்சு பதறி
தேம்பி தேம்பி அழுவா அந்த
மண்ணுச் சோறுமில்லை ஒருவா

13 மேனி கருப்பட்டியாம்

மேனி கருப்பட்டியாம்
மேத்தோலே துப்பட்டியாம்
கூனி நிக்குறான் கையக்கட்டி
கொளுத்தும் வெய்யிலோ வெள்ள வேட்டி

வீட்டு சுவரோ எருவாமுட்டி - தலை
உரசும் கூரை சுவரொட்டி
நீட்டி படுக்கவும் வழியில்லை அங்கே
நெலவுக்கும் கதவுக்கும் பதவி இல்லை

ஆடும் மாடும் நுழைஞ்சு போகும் அந்த
ஆண்டை வாழும் ஊருக்குள்ள

காடு மேடவிளைய வச்சான் இவன்
ஒதுங்கிப் போகனுமாம் சேரிக்குள்ள

பரம்பரை பரம்பரையா பாடு பட்டான்
பஞ்சத்துக்கும் பட்டினிக்கும் வாழ்க்கைப்பட்டான்
சுதந்திரம் வந்ததாக கேள்விப்பட்டான் வந்த
சுதந்திரத்தாலுமே சுரண்டப்பட்டான்

கடவுளை நம்பியும் கஷ்டப்பட்டான்
காவியக் கட்டியும் கடனைப்பட்டான்
மடமையை எண்ணி வருத்தப்பட்டான்
இப்ப மனுசனா வாழ புறப்பட்டான்

14. தைப்பொறந்தா

தைப்பொறந்தா வழிபொறக்கும்
தங்கமே தங்கம் - என்று
பொய் நிறையச் சொல்லுறாங்க
தங்கமே தங்கம்
தைப்பொறந்தது நெல் விளைஞ்சது
தங்கமே தங்கம் - இப்பத்
தவிடுகூட பானையில் இல்ல
திங்கவே தங்கம்

சமைஞ்சு பொண்ணு நாளாச்சு - எத்தனையோ
தையும் வந்து போயாச்சு - அவ
நெஞ்சில் சுமந்திருந்த ஆசைக்கனவும்
சுக்குநூறா ஆயாச்சு
பருவப் பொண்ணுக்கும் வயசாச்சு
பார்த்த பேருக்குக் கிண்டல் பேச்சு
நெல்லு விளைஞ்சா துன்பம் தொலையும்
பொண்டு புள்ளைங்க வயிறு நிறையும்

இன்பம் வந்து இல்லம் குவியும்
எண்ணியதெல்லாம் ஈடேறும்
என்று நினைச்சு மூச்சைப்பிடிச்சு
இராப்பகலா ஏங்கி உழைச்சு

அப்பன் பாட்டன் காலம் முதலா
இப்படியே ஏமாந்தாச்சு இப்ப
விந்தையா உழைப்பிருக்கு
வேடிக்கையா பொளப்பிருக்கு - ஆட்டு
மந்தையா மனசிருக்கு சிந்திச்சு
செயல்பட்டா பொளப்பிருக்கு

ஏழை பாழைகள் இல்லம் செழிக்கணும்
ஏச்சுப் பொளைக்கிறகாலம் அழிக்கணும்
உழைச்சுக் கொடுப்பவர் நிலையும் உயரணும்
ஊரும் உலகும் நன்மை அடையணும்
அன்றுதான் பொங்கலோ பொங்கல்
தைப்பொங்கலோ பொங்கல்

15. தாரகைபூக்கின்ற

தாரகை பூக்கின்ற தோரணக் கூரையாய்
ஊரின் விளிம்பிலோர் வீடு- எங்கள்
பரம்பரைஅடைகாத்த கூடு
பூரண சந்திர சூரிய தூறலும்
தாராளமாய் சிந்தும் வேலைப்பாடு
கூனல் முதுகாய் நானும் வளைந்தாலும்
மானத்தைக் காக்குது தாகத்தோடு

கூனிக்குறுகிய வாழ்க்கையைப் போலவே
மேனி சிறுத்ததிருக்கதவு குளிர்
மாரிக் காலத்துக்கு நீர்மதகு

பிணி ஆயிரம் சூழ்ந்தாலும் வாரி இரைத்தாலும்
தாயெனக் காக்கின்ற ஓர் பரிவு
தணியாத தாகத்தால் தாவி மோகத்தால்
ஓடிப் பிடிக்குது என் நினைவு

அந்த சின்னக் குடிசையில் திரி விளக்கினில்
சுட்டக் கவிதைகள் எத்தனையோ நான்
பட்ட அனுபவம் கற்பனையோ
திண்மையில் வாசலில் தென்றலாய் நாளும்
ஓடி ஒளிந்ததும் மாயையோ
என்னில் உயிராய் கண்ணின் மணியாய்
ஒன்றிக் கலந்ததும் பொய்யோ

எந்த வறுமையிலும் வகித்தேன் அன்பு
மாறாமலே நேசித்தேன் ஆனால்
வாழ்க்கை எனக்கு கொம்புத் தேன்
உரிமையாய் அங்கு தங்கி பறந்து
சிறு சேமிப்பாய் படித்தேன்
வேலை சிறையினில் வீழ்வதற்கு இந்த
ஓலைக் குடிசையும் லஞ்சமடா

16. கருகருக்க கருக்கலுல

கருகருக்க கருக்கலுல
ஊருச்சனம் போகுது

காலைக்கஞ்சி கம்மாத்தண்ணி
பசியடக்கும் கூழாச்சு
கெறக்கம் மீறிப் பசியெடுத்தா
கருத தேச்சுத்தின்னுக்கலாம்
நீச்சத்தண்ணி இருந்தாலுமே
மதியவேளை வச்சுக்கலாம்

வேலிச் சீத்தாகாயப் புடுங்கி
வெள்ளாட்டுக்கும் போட்டுக்கலாம்
குட்டி ஆட்ட வரப்புல மேச்சு
வட்டிக்கடனையும் கட்டிக்கலாம்
வேலை முடிஞ்சு அந்திப் பொழுதில்
மடிக்கருது வாங்கிக்கலாம்
நாலு நாளு சேத்து வச்சு
அம்புலி சோத்துக்கு வச்சுக்கலாம்

வாரம் முடிஞ்சு கூனிபேரத்துல
சந்தைச் செலவு பண்ணிக்கலாம்
சிறுவாடு சேத்து வச்சு
சேலை துணிகளும் வாங்கிக்கலாம்
பண்ணையாரு குதிருபோல
திண்ணு தெரிஞ்சு நிக்கறான்
பட்டினி பாவத்தைக் கொட்டி
பணத்துலதான் மொய்க்கிறான்.

ஏ அக்கா அக்கா அக்கா
அங்கே பாரடி சொக்கா
அடுத்த ஊரு சனங்க வந்து
கருதருத்துப் போடுது
ஏ சீக்கிரம் ஒன்னாச் சேரணுண்டி
இந்தச் சீரழிவைக்கேக்கவேனுமடி
ஆத்திரம் கொண்டாப் போதாது - பெண்ணே
அடிப்படைகளே மாறணுண்டி!

17. அமுல் டப்பாவிலே

அமுல் டப்பாவிலே முட்டி போட்டு
சிரிக்குது புள்ள கொழு கொழுன்னு
நசுங்கிய டப்பா போல டொக்குன்னு இருக்குது
நம்ம புள்ள வெடவெடன்னு

சிப்பாய் போல அணி வகுத்திருக்குது
கடையில டப்பா மினு மினுன்னு அட
டப்புதானே நமக்கு இல்லை
வங்கிக் கொடுக்க மடமடன்னு

செட்டியாரின் குளுகுளு கடையில்
ஊஞ்சல் ஆடுது வெல்வெட்டு அத
பட்டாம் பூச்சியா வட்டமிட்டு
காத்து ஆடுது கட்டிகிட்டு
முட்டி கூடத் தெரியாம துணி
முழுசா பொம்மை போட்டிருக்கு
ஒட்டு போட்ட துணியுமின்றி ஏங்கி
நம்ம புள்ள பாத்திருக்குது

சின்ன முயல் போல துள்ளி
புள்ளைங்க போகுது பள்ளி அதை
இன்னும் காணவே கோடி பிறவி நான்
எடுக்கணும் கண்களால் அள்ளி
வண்ணக்கலையாய் எண்ணக்குலையாய்
அரும்புகள் ஆயிரம் படிக்குது நம்
சின்ன நிலா பள்ளி செல்ல
குருதிக் கண்ணிர் வடிக்குது

சாஞ்சாடம்மா சஞ்சாடு என்
சாயக்கிளியே சாஞ்சாடு
ஊணூத்தாரென் ஆ போடு என்று
ஊட்டும் கைகள் கிடையாது
காஞ்சு போன வயித்தோடு இங்கு
காலித் தட்டுக்கும் தகராறு
பழைய பேப்பரும் குப்பைத் தொட்டியும்
ஏழைக் குழந்தைக்கு சாப்பாடு!

18. எத்தனையோ பாட்டுக்கு

எத்தனையோ பாட்டுக்கு
எவரெவரோ மெட்டுப்போட்டார்
அத்தனையும் கட்டிப் போட்டது
எங்க பட்டுக் கோட்டை பாட்டு

பாரதி நிழலாய் வந்தவன் தான்
பாரதிதாசனடா அந்த
தாசனையும் கவி ராசனையும்
படம் பிடித்தவண்டா எங்க
பட்டுக் கோட்டையடா அவன்
பாமர தமிழின் பேட்டையடா

வெத்தலை பெட்டி ஒண்ணு
கவிஞன் எப்பவும் கூடருக்கும்
செக்கர் வானமாய் இதழ் சிவந்து
கொள்கை கவி தெறிக்கும் நாவில்
கொஞ்சு தமிழ் இனிக்கும் அதில்
வேர்வை மணம் துளிர்க்கும்

நாலு முழத்து வேட்டிக்காரன் துள்ளு
நடை போட்டு வரும் வண்டிக்காரன்
ஏரி குளத்து கெண்ட மீனுக்கும்
எச்சரிக்கை விடும் பாட்டுக்காரன்
தோலு கருத்த மேனிக்காரன் தமிழ்
சொல்லை உழும் மெட்டுக்காரன்
பாடுபடும் மக்கள் வீட்டுக்காரன் - அவன்
பாட்டாளி வர்க்க சொந்தக்காரன்

சின்னப் பயலுக்கும் பாட்டுச் சொன்னான் அந்த
பாட்டுக்குள்ளும் பண்பாட்டை சொன்னான்
பாடுபடும் மக்கள் கேட்டைச் சொன்னான்
அந்த கேடு நீங்கி எழ நாட்டச் சொன்னான்

வண்ணத்திரையிலும் முக்குளிச்சான் தன்
எண்ணத்தையே கவிதைச் செடுத்தான்
இன்னைக்கும் அவன் பேரைச் சொல்லி
வெள்ளீத்திரையிலும் பாட்டுப் படிச்சான்

மண் சிவக்க சிந்தனை செய்தவன்
விண்ணும் சிவக்கச் சென்றானடா அவன்
வண்ணத் தூரிகையின் எண்ணம் மாறாமல்
மின்னலாய் கிளம்பி வாறோமடா
செந்தனலாய் இந்த மண்ணைப் புரட்டி
கனவை நனவாய் செய்வோமடா-அந்த
செங்கவிஞனுக்கு அஞ்சலி செலுத்தி
தேர்வடம் பிடிக்க வந்தோமடா

19. தத்தக்கா புத்தக்கா

தத்தக்கா புத்தக்கா தையதக்கா என்று
தவழ்ந்து வாரான் குட்டிப்பையன் அவன்
தட்டுத் தடுமாறி தவழ்ந்த இடமெல்லாம்
சந்தனம் ஜவ்வாது மொட்டு விடும்

புட்டுபுட்டு போட்ட வட்டுத்தேனா
சொட்டு சொட்டா இதழ்சொட்டு விடும் - அத
தொட்டு தொட்டு நான் சுவைக்கும் முன்னே
சொர்க்கம் என்பக்கம் வரும்

சின்னவண்டு ஒன்னு ஊர்ந்து போக
பொண்ணு வண்டா இவன்பின் தொடர்வான்- இந்த
ரண்டு விரலிலே நண்டு போலகவ்வி
பொக்கைவாயிலே மெண்ணுடுறான்

வெண்ணெய் உண்ட கண்ணனா- கொஞ்சம்
மண்ணைஅள்ளித் திங்கிறான் நான்

பதறிப்போயி தடுத்து எடுக்க
உடும்பு போல துள்ளிடுறான்

பண்டம் பாத்திரம் உருண்டு விழும் அங்கு
பருப்பும் அரிசிக்கு கலப்பு மணம்
அண்டாத்தண்ணியும் ஆனந்தகும்மியும்
அற்புதமா கைகோர்த்து வரும்

பண்டிதன் கணக்கா புத்தகப் புயலாய்
பக்கத்துக்கு ஒன்றாய் பிய்த்தெரிவான்
கண்ணுக்கு கண்ணாய் காவல் புரிந்தாலும்
கன்றின் விளையாட்டு எல்லை மீறும்

சாப்பிடும் போது தட்டை இழுப்பான்
தட்டுலயும் உச்சா அடிப்பான்
பட்டு சட்டைய பற்றி இழுப்பான்
பத்து விரலாலே முத்தம் பதிப்பான்

ஆத்திரம் துளியும் வாராது எனக்கு
ஆனந்தம் சொல்லியும் மாளாது
ஊத்து எடுக்கும் உள்ளக் கிளர்ச்சியால்
உச்சிமுகந்து அள்ளிஅணைக்குறேன்...

20. கிய்யா கிய்யா கோழிக்குஞ்சு

கிய்யா கிய்யா கோழிக்குஞ்சு அவங்க
அம்மா சொன்னதை நினைக்குது
சும்மா சும்மா குப்பைக்குள்ளே
காலால் கிளறிப் பாக்குது
கருத்தா இரையை எடுக்குது
சந்தோசத்துல குதிக்குது

ஐயா ஐயா நீங்களும் நான்
சொல்லுவதைக் கொஞ்சம் கேளுங்க

சும்மா சும்மா தலையாட்டாம
சிந்திச் சுத்தான் பாருங்க
தேச நிலையக் கேளுங்க
இந்த சீரழிவு ஏனுங்க
நல்லது கெட்டதும் தெரிஞ்சுக்கிட்டு
சந்தோசமா வாழுங்க

கிணத்து தவளை போல இருந்தா
பொழப்பு நமக்கு என்னாகும்
கண்ணை கட்டி காட்டுல விட்ட
கதையும் அதுவும் ஒன்னாகும்
ஆத்து நீரைப் பாருங்க
அலையும் சொல்லும் கேளுங்க
காத்துப் போல நாமும் வாழ
கருத்தா இருக்கப் பழகுங்க

இந்த ஊருக்குள்ள எத்தனை பேர்
வீடில்லாமத் தவிக்கறான்
உழைச்சுக் கொடுக்க எவனோ திங்க
பட்டினியா கிடக்குறான்
சாதிபேதம் சொல்லிக்கிட்டு
நம்மள எல்லாம் பிரிக்கிறான்
தட்டிக்கேக்க கூடாதுன்னு
தனித்தனியா மடக்குறான்

நெனச்சுப் பாத்தா எரியுது
நெஞ்சமெல்லாம் பதறுது
கன்னிப் பொண்ணு சேலை துணிக்கு
கதறி கதறி அழுகுறா
சின்னப் புள்ள பென்சில் கேட்டு
தினமும் அடிவாங்குறான்
இந்த தேசத்துல பொறந்த நம்ம
சோகங்களைக் கேளுங்க

கையிருந்தும் கால் இருந்தும்
வாழ்க்கை நமக்குக் கிடைக்கல
சாக்கடை தண்ணி கூட
நம்மள விட தேவையில்லை
அதுக்கு ஒரு இடமுண்டு
அடைய ஒரு வழியுண்டு
அரசாங்கத்து செலவுமுண்டு
அதுக்கு மேல இன்னுமுண்டு

இனி தட்டித் தான் கேக்கனும்
சண்டை போட்டு வாங்கனும்
போராடி தான் பொழைக்கனும்
வாதாடி தான் வாங்கனும்
காக்கா கழுகு தூக்காமலும்
கவனமா இருக்கனும் - அதுக்கு
கிய்யா கிய்யா கோழிக்குஞ்சு போல
துருதுருன்னு இருக்கனும்

21. விவசாயம் பெருத்த நாடு

விவசாயம் பெருத்த நாடு
பட்டினியால் வாடுதடா
வெளிநாட்டுக்காரன்கிட்ட
விதைநெல்லுக்கு ஓடுதடா- விவசாயம்

கோழி எருவைக் கூட்டிப் போட்டோம்
கூடையாய் அவரை விளைந்ததடா
காணிநிலத்தில் சாணிஉரம் போட்டோம்
ஆனை கட்டிப் போரடிச்சோமடா
எருக்கஞ்செடியும் கொழுஞ்சதலையும்
காடு மேடெல்லாம் விளைஞ்சு கிடக்கும்
வாதமடக்கியும் நொச்சியும் வேம்பும்
பாதவழியெங்கும் குடைபிடிக்கும்

வண்டி வண்டியாவெட்டி வருவோம்
பொண்டு புள்ளங்கசேறு மிதிப்போம்
நண்டும் எலியும் வங்கு பறிக்கும் பயிர்
நாலு திசைகளிலும் தோகைவிரிக்கும்
வேப்பம் புண்ணாக்க அள்ளி எறைச்சா
விளைச்சல் கூடும் பலன் பெருகும்
பூச்சிக்கொல்லிய அடிச்சதில்லை வண்ணப்
பூக்களாம் பூச்சியைக் கொன்னதில்லை

பசுமைப்புரட்சி எங்கும் ஒலிக்குது
பலன் கிடைச்சாலும் கையைக் கடிக்குது
உரத்துக்கும் விஷத்துக்கும் நிலம் பலியாகுது
குறுவிவசாயியக் கூலியா மாத்துது
வெண்மைப்புரட்சிக் கண்ணப் பறிக்குது
உண்மையை மறைச்சு ஊனமாக்குது
பஞ்சம் பொழைக்க ஊரே கிளம்புது
பாழும் வயிறோ பத்தி எரியுது

22. பூச்சிஉருண்டைக்கும் பொடி மட்டைக்கும்

பூச்சி உருண்டைக்கும் பொடிமட்டைக்கும்
விக்கிறவன் விலை சொல்லுறான் முத்தம்மா
பாடுபட்ட விவசாயி வெளைய வச்ச
பொருளுக்கு வாங்குறவன் வெலை சொல்றான் மொத்தமா
இது என்ன நாயமடி முத்தம்மா
எனக்கெதுவும் புரியலைடி சுத்தமா

சோப்பு சீப்பு பவுடரும்
சாக்லேட்டு பிஸ்கெட்டும்
ஏத்தவெலை அவனே சொல்லி விக்கிறான்.
சந்தையில விவசாயி
விக்கும் கீர காய்கறிக்கு

கண்டவன் வந்து விலை வைக்கிறான்.
இது என்ன நாயமடி முத்தம்மா
எனக்கெதுவும் புரியலைடி சுத்தமா

வெளைச்சவனுக்கு ஏத்த விலையுமில்லை
கடையில எகிறிவிக்குது புரிஞ்சுக்க புள்ள
இடைத்தரகராலும் ஏமாத்துக்காரராலும்
எப்பவும் எறங்காம விக்குது விலை
இது என்ன நாயமடி முத்தம்மா
எனக்கெதுவும் புரியலைடி சுத்தமா

சர்க்காரே நேரடி கொள்முதல் பண்ணாம
தட்டிக் கழிக்கிறானே இது சரியா
பன்னாட்டுக் கம்பெனிகள் பொருள் அத்தனையும்
நம்நாட்டில் விக்கிறானே இது முறையா
இது என்ன நாயமடி முத்தம்மா
எனக்கெதுவும் புரியலைடி சுத்தமா

எறக்குமதியால நசிஞ்சு போகாம
நிலைமையைச் சீரமைப்போம் முத்தம்மா
உழவும் தொழிலும் கைவிட்டுப் போகாம
உடம்போடு இருக்கணும் இரத்தமா
இத நாமதான் செய்யவேணும் முத்தம்மா
இந்தநாடே செழிக்கவேணும் மொத்தமா

23. நிலவு எரைச்ச சில்லரைக்காசு

நிலவு எரைச்ச சில்லரைக்காசு
மரத்துக்கும் கீழே
கண்ணைப் பறிக்கிறது கைக்கு
வரமறுக்கிறது அந்த
புன்னைமரத்துக் குயிலு சத்தம்

என்னை இழுக்கிறது
விண்ணில் கலக்கிறது கேட்டு
வெள்ளி முழிக்கிறது

முல்லைவனத்து தேன்பூக்களை
அள்ளி குளிக்கிறது
தென்றல் மணக்கிறது - மேனி
தீண்ட இனிக்கிறது வானம்
வண்ணமுற நெய்த கம்பளம்
காயக்கிடக்கிறது அந்தி
மாலையெடுக்கிறது கலைக்
கோலம் வடிக்கிறது

முத்துக்கடலை மேகம் குடிக்க
கொட்டிக் கொடுக்கிறது
முத்தம் பதிக்கிறது மண்
கருச்சுமக்கிறது குறிஞ்சி
நெய்தல் மருதம் பாலை
கொடை கொடுக்கிறது - புதுப்
பிறப்பெடுக்கிறது பனிக்
குடம் உடைக்கிறது.

இயற்கை அன்னை மணிமகுடத்தை
ஏந்தி நிற்கிறது
முகிலெடுக்கிறது பனி
முகம் துடைக்கிறது காயும்
கனியும் கிழங்கும் தந்து
தின்னக் கொடுக்கிறது அழகு
கடை விரிக்கிறது புதுக்
கொடை கொடுக்கிறது.

24. காட்டுமரக் கிளையிலே

காட்டுமரக் கிளையிலே
சிறுவாட்டுச் சேலையிலே
கட்டிப் போட்ட தொட்டிலுள்ளே - காத்து
தாலாட்டப் புள்ள தூங்குதம்மா

வெய்யில் சுட்ட வேர்வ முத்தை
வித்தாக போட்டு வச்சு
கொத்தோடு குனிஞ்சு கை
களை யெடுக்கும் பயரிலே'
மனமிருக்கும் தொலைவிலே
மழலை தூங்கும் தொட்டிலிலே

மாரும் சுரந்துமந்த
மண்ணும் நஞ்சிருக்கும்
மகராசி பெத்தபுள்ள
தொட்டிலிலே அழுதிருக்கும்
நெஞ்சம் கனத்தபடி
தாயின் மனம் பதைச்சிருக்கும்

அழுதபுள்ள அழுது தான்
தொண்டையும் வறண்டது தான்
தொட்டில் புள்ள ஏறங்கி
கூப்பாடு போடுது தான்
களை யெடுக்கும் கையோடு
தாயின் மனம் பதறுதான்

விக்கி விக்கி அழுகை வர
புழுதி தூள் கிளப்ப
சேலை தடுக்கி விழ
அம்பாக பறந்து அந்த
சிலையெடுத்து மாரணைப்பா
களையெடுத்த கையாலே

பிஞ்சு இதழ் சுவைக் கையிலே
நெஞ்சமே நெகிழ்ந் துருகும்
கொஞ்சம் கிளி பசியாற
குருதியும் கரைஞ்சு வரும்
கூப்பிடும் குரல் கேட்டும்
மெய் மறந்து கண் மூடும்

25. மாடு மேய்க்க என் கண்ணே

ஆரிராரோ ஆரிராரோ ஆரிராரி ராரி ராரி
ஆரிராரோ ஆரிராரி ஆரிராரி ஆரிராராரோ
மாடு மேய்க்க என் கண்ணே உன்னை
நானனுப்ப மாட்டேண்டி
பாடுபட்டு நானுழைச்சு பள்ளிக்கூடம் சேப்பேண்டி
சீருகெட்ட தேசத்திலே நித்தம் நித்தம் போராட்டம்
செல்ல மக நீ வளர்ந்து
சீர் திருத்த வேணுமடி
சந்தனத்து தொட்டில் செஞ்சு
தாலாட்ட முடியாது
வெள்ளியில சங்கு செஞ்சு
பாலூட்ட முடியாது
ஓலைக் குடிசை தாண்டி
ஒரு முழப் பாயி தாண்டி
கூழும் கஞ்சியடி என் கண்ணே
குடிச்சு நீ வளந்துக்கடி

எண்ணை இல்லா விளக்கு வீட்டில்
எப்பவும் இருக்குதடி
தெரு விளக்கு எரிஞ்சா நீ
திண்ணையில படிச்சுக் கோடி
வண்ண வண்ண சட்டை போட
மகளே முடியாது

சந்தையில வாங்கித்தாரேன் என்
சாமி தொர போட்டுக்கடி

சதிகாரச்சமூகம் அப்பனை
குடிகாரன் ஆக்கிடுச்சு
பஞ்சமி நிலத்தையெல்லாம்
வஞ்சகமாப் பறிச்சுகிச்சு
அம்பேத்கர் பெற்றுத்தந்த
உரிமையில் நீபடிச்சு
வென்றெடுக்க வேணுமடி
வேதனையத் தீக்க வாடி

நல்லகாலம் நமக்கும்வர
நாலுமின்னும் தூரமில்லை
கல்வியில நீ உசந்தா
கஷ்டமெல்லாம் தூசுபுள்ள
நீ படிச்சு முடிப்பதற்கும்
துடுப்பா தாயிருக்கேன்
அதிகாரப்பெருமை பெற்று
அத்தனையும் மீட்டுஎடு

26. காதில் நுழையும்படி பேரு

காதில் நுழையும்படி பேரு ஒன்னு
வைக்கச் சொன்னா
குச்சியின்னு வச்சானாம் கோமாளி - அவன்
கோமாளியா நாமதானே ஏமாளி
அந்தரங்க உறவில் பூத்த மகவுக்கும்
சொந்த மொழிப்பேரு எட்டியா
வந்தேறி மொழிகளில் வாய்சுளுக்கு
ஆகும்படி வைக்கிறானேபேரு வெட்டியா
தாய்ப்பாலை ஊட்டமறந்தாய்

தாய் மொழியில் பேசமறந்தாய்
தன்மானத் தமிழனென்ற நிலை மறந்தாய்
தமிழிலே பெயர் வைக்க உணர்விழந்தாய்

மூத்தகுடி தமிழ்குடி பிற
மொழிக்கெல்லாம் தொப்புள்கொடி
ஆய கலைகளுக்கும் ஆதிக்குடி இப்போ
தமிழன் ஒற்றுமையை தேடிப்புடி
பண்பாட்டில் பயிர் வளர்த்தாய்
அன்பாலே நீர் இரைத்தாய்
கண்பட்டுப்போகும்படி தலை நிமிர்ந்தாய் - இப்போ
புண்பட்டுப்போகும்படி பொலிவிழந்தாய்

மலையையும் உடைத்து சிலை வடித்தாய்
கடலிலும் மூழ்கி முத்துக்குளித்தாய்
புலியையும் முறத்தால் புடைத்தெடுத்தாய்
கொண்ட பழியைத்துடைக்க ஏன் மறந்தாய்
சாதிஎனும் சாக்கடையால் பிரிந்து போனாய்
மதமெனும் மாய்மாவத்தால் பிரிந்து போனாய்
மாற்றான்தாய் பிள்ளையாக மாறிப்போனாய்
வெற்றியின் விளைநிலமே விழித்தெழுவாய்

27. மெக்காலே கல்வி

மெக்காலே கல்வி திட்டம்
கோடிக்கால் பூதமாகுது
பட்டித் தொட்டியெல்லாம் இப்ப
எல்கேஜி கூடமாகுது
முக்காலனா இருந்தா கல்வி
பசை காச்சி ஒட்டுது ஒட்டுது
முகமூடிய நூதனமாக்கி
பள்ளிக்கூடம் பாக்கட்ட வெட்டுது

டக்குபுக்கு ஸ்டைலோ ஜோரு
ஷூ கடையில் திருவிழா பாரு
குட்ட டவுசர் பாவாடையில்
துணிக் கடைக்கு லாட்டரி சாரு
நோட்டு புக்கு ஸ்டேஷனரி சாமான்
மாடி வீடு கட்டி பாக்குது
அன்னியக் கடனை முதுகுல சுமக்க
புள்ளைங்க இப்பவே தயாராகுது

அட்மிஷனா இருவது பவுனு
டியுஷன் பீசா பதினனைந்து பவுனு
பஸ் பாசா பத்து பவுனு
நாற்காலி பீசு அஞ்சு பவுனு
பசும் பொன்னா உள்ளே வா வா
பணங் காசா வெளியே வெளியே போ போ
பெற்றவர்கள் படிச்சிருந்தா
பள்ளிக்கூடம் சேர்க்க வா வா

தாய்மொழியில் கல்வியில்லை
தலைவாசல் பள்ளி இல்லை
நோய் விழுந்த நூறாண்டு
கல்வியால் மயக்க நிலை
அறிவார்ந்த சிந்தனை இல்லை
சிவன் தலையில் கங்கை அலை
பிள்ளைக்கும் பெற்றோருக்கும்
பள்ளிக்கூடம் சிறைச்சாலை

28. மேகச்சட்டை போட்டுக்கிட்ட

மேகச் சட்டை போட்டுக்கிட்ட
வானத்தப்பாரு - அதில்
வண்ணங்களைத் தீட்டி வச்ச

அண்ணாச்சி யாரு
வானத்துல கேணி இருக்கா
தோண்ட அங்கே ஆளு இருக்கா
கயிறு இல்லாம வாளி இல்லாம
தண்ணி எப்படி கீழவந்து கொட்டுது - என்
கன்னத்துல மழைத்துளியாய்த் தட்டுது (மேகச்சட்ட)

நட்சத்திரப்புள்ளி வச்சுக் கோலம் போடுது - வானம்
நாளுக்கு நாள் புதுசுபுதுசா ஜாலம் காட்டுது
கார்த்திகைத்தீபம் இருக்கா
எண்ணெய்திரி அதுல இருக்கா
காத்தடிச்சாலும் மழையடிச்சாலும்
அணையாமலே கண்ணச் சிமிட்டிப்பாக்குது - நான்
ஒண்ணு ரெண்டு எண்ணச் சொல்லிக்கேக்குது

உருட்டி விட்ட பந்தெனவே
வானில் ஜொலிக்குது - அதன்
உள்ளே வெப்பம் இன்னும் ஏன்
ஆறாமலே தகிக்குது
நிலவு முழுசா ஒளிருது
தேய்வது போல் தெரியுது
இடி இடிக்குது மழையும் கொட்டுது
கடலின்நீரை அள்ளிப்போயி புவிக்குக்கொடுக்குது
காலத்துக்கும் தூங்காம சுறுசுறுப்பாய் இருக்குது

ஆயிரம் பல்லாயிரமாய் கேள்விகள்கேளு - பல
அறிவியல் ஆச்சர்யம் ஆகாயத்தில் பாரு
தலைக்கு மேலேஇருக்குது
விழுகாமல் ஏன்மிதக்குது
எந்தஊருக்கும் எந்தநாட்டுக்கும்
சொந்தமென்று விரிந்து கிடக்குது - சூரியக்
குடும்பமாய் இணைஞ்சு கிடக்குது

29. நின்னு நிமிர்ந்து

நின்னு நிமிர்ந்து போனவனை அந்த
நெப்போலியன் சாச்சுப்புட்டான்
உள்ளே போனவன் சும்மா இருக்காம
ஊரு வம்பக் கூட்டிப்புட்டான்
வெட்கங்கெட்டு வேலைய விட்டு
வெறும்பயலா ஆக்கிப்புட்டான்
அக்கம் பக்கம் இருக்கும் சனங்களும்
அருவருப்பா பாக்கவச்சான்

இந்த நாத்தம் புடிச்ச சாராயத்த
ஆடும் மாடும் குடிச்சுடுமா
நாயும் பன்னியும் நாக்காலதான்
நக்கி பாக்கவும் நெனச்சிடுமா
பொழுது சாஞ்சா பாட்டில தெறந்து
புத்திய கெடுக்க வைக்கற
பொழுது முடிஞ்சு விடியும் முன்னால
போயி கடையில நிக்கற

கூலி சனங்கல குடிக்கவச்சு
காலி பசங்கள மாத்துறானே
பள்ளி பசங்கள குடிக்கவச்சு
பாசு மார்க்கு போடுறானே
குடும்பம் குடும்பமாகுடிக்கவச்சு
குடிமக்களாஆக்குறானே
அன்பும் அக்கறையாகுடிக்கவச்சு
அறிவ மழுங்க அடிக்குறானே

தாய்குலம் கதறி புலம்பும்படி
குடியால் குடும்பத்த சிதைக்கவச்சான்
பிள்ளைகுட்டிகள் பதறும்படி எதிர்

காலத்த இருளில் புதைக்க வச்சான்
சந்தோசமா குடிக்கவச்சு
சாவுமணிய அடிக்கவச்சான்
சர்காரே எமனாவந்து தொலைச்சு
டாஸ்சுமார்க்க பெருக்கவச்சான்

30. மரக்கிளையும்

மரக்கிளையும் காற்றிலாடி
மனம் விட்டுச் சிரிக்குது
மரிக்கொழுந்தும் துளிர்த்தெழுந்து
வாசனையால் சிரிக்குது
தேனருவி ஓடியாடி
சங்கீதமாய்ச் சிரிக்குது
சிரிக்கத் தெரிந்த மனித இனம்
வெறுப்பைச் சிந்தி மொரைக்குது

சோளக்காட்டுப் பொம்மையையும்
சூசகமாய்ச் சிரிக்க வைத்தாய்
தஞ்சாவூர்ப் பொம்மையையும்
தலையாட்டிச் சிரிக்க வைத்தாய்
சின்னச் சின்ன பொம்மையையும்
வண்ணமாய்ச் சிரிக்க வைத்தாய்
செயற்கையாய்ச் சிரிக்க வைத்து - உன்
சிரிப்பை ஏன் மறைத்து வைத்தாய்.

சின்னக்குழந்தையைப்போல- நீ
சிரித்துப்பாரடா- உன்
எண்ணத்திலே இருக்கும் பாரம்
இறங்கி ஓடும்டா
அன்பாகப் பேசிப்பாரு
நண்பர் கூட்டம் சேருமடா

ஆனந்தமாய்ச் சிரித்துப்பாரு
உன் ஆயுசும் கூடுமடா
வஞ்சகச் சிரிப்பினாலே
வாழ்க்கை கந்தல் ஆகுமடா
வரும்படிக்குச் சிரிப்பதாலே
தூக்கம் கெட்டுப் போகுமடா
தாயன்பாய்ச் சிரித்துப்பாரு
நோய்நொடிகள் அண்டாது
மனம் நிறைய சிரித்துப்பாரு
வாழ்க்கை அர்த்தம் ஆகுமடா

31. குயில் பாடும் பாட்டை

குயில் பாடும் பாட்டைமொழிபெயர்த்துக் கேக்கணும் - அந்த
மயில் ஆடும் ஆட்டத்தை மேடைபோட்டுப் பாக்கணும்
அலைபோடும் தாளத்துக்கு சுரம் பிடித்துப்பாடணும் - ஆட
விசில் அடிக்ககாத்து எந்தவிரல் மடிக்குது கேக்கணும்

கொட்டும் மழைசாரல் கீற்றைஎட்டியெட்டிப்பிடிக்கணும் - அதில்
சுட்டிப்பயல் கணக்கா ஊஞ்சல் கட்டி ஆடணும்
வானவில்லை தொட்டுத்தொட்டு வண்ணங்கள்தீட்டணும் - என்
எண்ணமெனும் கனவுக்கும் வண்ணமுலாம் பூசணும்

கூச்சலிடும் மரக்கிளையை குச்சியைக்காட்டி மிரட்டணும் - அது
கலகலன்னு சிரிக்கும் அழகைக்கண்டு மனம் ரசிக்கணும்
முள்ளு மர நிழல் படுக்கை புரண்டபோதும் குத்தல- அந்த
சப்பாத்திப்பழம் அப்படிச் சிவக்குதே எப்பப்போட்டுச்சு வெத்தல

எச்சத்தாலே இயற்கையைவளர்க்குது பறவைகள்
இனமோடு சேர்ந்து வாழ கற்றுத்தருது மிருகங்கள்
கல்எறிந்தபோதும் கனிகொடுக்குது மரங்கள்- என்
கண்முன்னே இவைதான் கண்கண்டதெய்வங்கள்

32. பூவில்லாமல்

பூவில்லாமல் தேனெடுக்க
புழுதிக்காட்டில் நிக்கற
பூக்கும் மரக்கிளையை வெட்டி
பொட்டல் காடா வைக்கிற
மழைவருமா மழைவருமா
அண்ணாந்து பாக்கறஒரு
மரத்தநட்டு வைக்காமத்தான்
வான் மழையைக் கேக்குற

வெப்பக்காடா பூமிமாற
கொப்பளங்கள் போடுது
அப்பளமா காயப்போட்டு
அனல் காத்து ஆடுது
குந்தக்கூட கிளைஇல்லாமல்
குருவிக்கூட்டம் ஓடுது
நிக்கக்கூட நிழல் இல்லாமல்
ஆடும் மாடும் வாடுது

மா, பலா, கொய்யாவின்
சுவையில் மயங்கற
மனசாட்சி இல்லாம
கடிச்சுக்கடிச்சு விழுங்கற
வாழும் காலத்தில் ஒரு
விதையைவிதைக்கல - ஆனா
காற்கறிகனிகளைக்
கணக்கின்றி விழுங்கற

உன்னைவிட மரங்கள் எல்லாம்
உயர்ந்து தானேநிக்குது
வண்ணப்பூ கனி தந்து
வான்மழையைக் கொடுக்குது
எண்ணிப்பாரு இந்தநிலத்தில்
என்னவிதை விதைத்தாய்
மண்ணின் வளத்தைக் கெடுத்து - உன்
தாயின் மார்பை அறுத்தாய்!

33. வெள்ளி வெள்ளி

வெள்ளி வெள்ளி ஆடைகட்டி
துள்ளித்துள்ளி ஓடும் நதியே- உனக்குச்
சலங்கமாட்டியது யாரு அந்த
தட்டான் யாருன்னு கூறு

பாட்டுப்பாடி லூட்டியடிச்சு
பாகும் தேனாய் ஓடும் காத்தேஉனக்கு
பாட்டுச் சொல்லிக்கொடுத்ததாரு அந்தப்
பாகவதர் பேரு என்னகூறு?

வண்ணவண்ண சொர்ணம் தீட்டி
வாசனைச் செண்டால் மணக்கும் பூவேஉனக்குச்
சின்னச் சின்னபொட்டு வச்சதாரு அந்த
சேடிப்பொண்ணு எந்தஊரு கூறு

பருவம் தப்பாமல் வந்து
துளிர்விடும் இளம் தளிரேஉனக்குச்
சரியான விலாசம் தந்ததாரு அந்த
தபால்காரு பேரு என்னகூறு?

தேன்கொடுக்கும் பூவினமே
ரீங்காரிக்கும் வண்டினமேஉனக்கு
சேமிக்கக்கற்றுத்தந்ததாரு அந்த
ஏஜெண்ட்எங்கேஇருக்கார் கூறு

சலசலன்னு ஓடும் நதியே
கலகலன்னு வீசும் காத்தே
பளபளன்னு ஒளிரும் பூவே
பச்சைஇலை மரகதமேவிடை கூறு

34. டிராக்டர் வண்டி சாணிபோடுமா?

டிராக்டர் வண்டி சாணிபோடுமா?
செடிகளுக்குத்தீனி போடுமா?
வயல் வரப்பில் கரம்பு மேயுமா?
வடிச்சகஞ்சி தவுடு திங்குமா?
செல்லையா செல்லையா- நீ
சொல்லையா சொல்லையா

பாறைபோல பூமி கீழே இறுகிப்போகுது - இந்தப்
பாழாய்ப்போன டிராக்டர் மேல் மண்ணைக்கீறுது
மழைபொழிஞ்சா மேல்மண்ணும் கரைஞ்சு ஓடுது
மண் இறுகிக்கிடப்பதாலே வழிஞ்சு போகுது
காயுது காயுது பூமி- இப்போ
கஞ்சிக்கு இல்லையே சாமி

உழவு தொழிலுமில்லே - இப்ப
ஊருக்குள்ளே மாடுகள் இல்லே
மாட்டு வண்டி பூட்டவும் இல்லே
மணிகள் குலுங்கும் சத்தமுமில்லே
கடன்காரன் வந்து நிக்கிறான் வாசலிலே- நம்ம
கண்ணுமுழி பிதுங்கிப்போகுது சோகத்திலே

ஏரிகுளம் தூரெடுத்து
காடுவயல் மேவப்போடு
சீரோடு செழித்து வரும் பயிரு
ஊரோடு தழைக்கும் பலஉயிரு
நீரோடு அலைகள்போடும் தாளம் தாளம்
நெஞ்சுக்கு ஆசை கொட்டும் மேளம் மேளம்

35. பிளாஸ்டிக் உபயோகம்

பிளாஸ்டிக்க உபயோகம்
பண்ணாதிங்க நீங்க

பின்னாடி வருத்தம்
கொள்ளாதீங்க

மக்காத பிளாஸ்டிக்கு
வேணாமுங்க வாழும்
மண்ணுக்குத் தீங்கு
பண்ணாதீங்க
நச்சுக் கிருமிகள்
தங்கி வாழும் அது
குஞ்சு பொரிச்சு
கோடியாகும்

பொல்லாதவன் போல்
தீங்கு செய்யும் நம்ம
பொண்டு புள்ளைகளும்
நோயில் வீழும்

விளையும் நிலங்களை
பழுதாக்கும் கொடை
கொடுக்கும் மரங்களை
மலடாக்கும்

உழவுத் தொழிலையும்
நலிவாக்கும் வாழ
உண்ணச் சோறின்றி
இழிவாக்கும்

மண்ணின் மார்பும்
வற்றிப் போகும் புவி
தாய் பால் இன்றி
செத்துப் போகும்

சுற்றுச் சூழலும்
பட்டுப் போகும் இந்த
சுந்தர பூமியும்
கெட்டுப் போகும்.

36. உத்தியோகம் புருசலட்சணம்

உத்தியோகம் புருச லட்சணம்
மத்தவங்க அவலட்சணம் - இப்படித்தான்
பேசிக்கறாங்க ஊருக்குள்ள
அப்படியின்னா முக்கால் வாசி
ஆம்பள யாருமில்லை

இஞ்சினியர் மாப்பிள்ளை தேடவே
ஏழு வருசமா காத்திருந்தேன்
இஞ்சி தின்ன குரங்கு போல மாப்புள்ள - வந்து
எழுபது பவுன் கேக்குறன் வீட்டுல
தாவணி போட்ட நாள் முதலா
டாக்டர் மாப்புள்ள தேடவே
தப்பிவந்த கரடி போல மாப்புள்ள வந்து
பட்டியல் போட்டு நிக்கறான் வாய்ப்பாட்டுல

வங்கியில மாப்புள்ள தேடவே
குறிஞ்சி மலராக் காத்திருந்தேன்
வந்தாரு வலை ஆட்டி கிட்டு மாப்புள்ள - வந்து
தவணை சொல்லிப்போனாருங்க மிடுக்குல
வாத்தியாரு மாப்பிள்ளை தேடவே
மாமாங்கமா காத்திருந்தேன்
வந்தாரு மலை முழுங்கி மாப்புள்ள - அவர்
வாய்ச்சம்பம் சவடாலு சகிக்கல

பெத்தவங்க போடும் மனக் கணக்கு
உத்தியோகமே கண்ணா இருக்கு
சொத்து சொகம் கொட்டிக் கொடுத்தும்
புள்ளைங்க வாழ்வில் ஸ்டவ் வெடிக்குது
வானளவு கொட்டிக் கொடுத்தாலும்
வயிறு ஒரு சாணுத்தான்
வரும்படி எவ்வளவானாலும்
மனசுக்கு தேவை நிம்மதி தான்

37. வடக்குத்தெரு நாய்க்குட்டி

வடக்குத்தெரு நாய்க்குட்டி
தெக்குத்தெரு போகுது
வாலை வாலை ஆட்டிக்கிட்டு
வாஞ்சையுடன் நோக்குது
வாழும் மனுச சாதி மட்டும்
வடக்கும் தெக்குமா குலைக்குது

எங்க வீட்டு பூனைக்குட்டி
எதிர் வீடு போகுது
எதிர் வீட்டு கன்னுக்குட்டி
எங்க வாசலில் ஆடுது
பூனை கன்னுக்குட்டியும்
ஆனந்தமா உலவுது
அடுத்த வீட்டு சனங்க மட்டும்
அன்னியமாத் தெரியுது

ஒரு கொளா தண்ணியத்தான்
இரண்டு வீடும் புடிக்கிறோம்
ஒத்துமை இல்லாமத்தான்
சண்டை போட்டு மொறைக்கறோம்
அன்பு பாசமுன்னு சொல்லி
எல்லோரும்தான் படிக்கறோம்
படிச்சதெல்லாம் மறந்துவிட்டு
பகையத்தானே வளர்க்கறோம்

ஆடுமாடு கோழி கூட
ஒண்ணாச் சேந்து மேயுது
ஆறறிவு மனுச சனம்
அடிசிக்கிட்டு மாயுது
கேடு வந்து சேரும்போது
கண்ணைத்தானே கசக்கறோம்
கேவலத்தை விட்டு நாமும்
ஒண்ணாச்சேந்து பொழைக்கனும்

38. அடுப்படிக்கும் வாசப்படிக்கும்

அடுப்படிக்கும் வாசல்படிக்கும்
டாட்டா கொடுத்தாச்சு
அகில உலகிலும் எங்கும் எதிலும்
பெண்கள் நுழைஞ்சாச்சு
படிப்பெதற்கு பெண்களுக்கென்ற
பழமை வாதம் முடிஞ்சாச்சு
படிப்பின் அவசியம் புரிஞ்சாச்சு
கவலைக்கும் விடுதலை கொடுத்தாச்சு

கூண்டுக் கிளிகளாய் இந்த பெண்கள்
வானத்தில் பறக்குதடி
கொஞ்சும் பறவைக் கூட்டமாய் எந்த
துறையிலும் சிறக்குதடி
ஜீன்ஸ் பேண்ட் சல்வார் மிடியுடன்
தேச வலம் வருகுதடி
ஆய்வுக்கூடம் அரசியல் என்று
வலம் வருகுதடி

துணிச்சலும் தைரியம் வந்திருச்சு கல்வி
சூடு சொரணையை தந்திருச்சு
அச்சம் மடம் நாணம் பயிர்ப்பு என்ற
அடிமை விலங்கை உடைச்செரிஞ்சாச்சு
மகன் தான் உயர்வென்ற நிலை போச்சு இப்ப
மகளுக்கும் மரியதை கிடைச்சாச்சு
ஆணென்ன பெண்ணென்ன இரண்டும் ஒன்று
என ஊரு பேசும் நிலை உருவாச்சு

முடிவை அவளே எடுக்கும் உரிமை
கல்வியாலே நிறைஞ்சிடுச்சி
மூடப்பழக்கத்தின் முடைநாற்றம் நீக்க
வேகமும் விவேகமும் வந்திருச்சி
ஆணுக்குள்ள உரிமை அனைத்தும்
பெண்ணுக்கு உண்டென புரியலாச்சு
முன்னேறு முன்னேறு என்ற சொல்லே இப்ப
மூளையில் படியமாய் பதிஞ்சிருச்சி

39. தண்ணில எண்ணெய் போல

தண்ணில எண்ணெய் போல
தாமரையும் நீரும் போல
ஒண்ணாந்தேதி சம்பள்ம் ஒட்டல அட
எண்ணெயில கடுகாட்டம்
கடங்காரன் வெடிக்கறான்
என்ன சொன்னாலும் பப்பு வேகல

பாலுக்கடன் மளிகைக்கடன்
வாடகை வீட்டு கடன்
ஆளுக்கொரு பக்கமா நிக்குது - அட
வாரறுந்த செருப்பா
வாழ்க்கைய ஒட்டினாலும்
வட்டிக் கடன் தேன் கூடா மொய்க்குது

கட்டிய மனைவியக் கூட
எட்டியா கசக்கும்படி
காசு பணம் ஆளை இங்கு மாத்துது
சிலர் பொட்டி பணம் எடுக்காம
செல்லரிச்சு போகும்படி
மொத்தமா சிலரிடம் சிக்கி நிக்குது

வேர்வையில பாத்தி கட்டி
தோரணமா உடம்ப கட்டி
வேலை வாங்க ஆலைகாரன் நிக்கறான்
நாம மார் வலியும் தோல் வலியும்
வரட்டு இரும்பலையும் சீதனமா
நாம் சுமக்க சீமான் பாக்குறான்

வாழ்க்கையெல்லாம் ஒட்டுப் போட்டும்
வாயி வயித்த கட்டி போட்டோம்
வருமானம் உள்ள படி பத்தல - அட
தோள் கொடுக்க கொட்டினாலும்
பால் கொடுக்கும் தாய் போல நாம
வாழக்கைய நேசிப்பது நிக்கல

40. அய்யனாரு மனசு

அய்யனாரு மனசு வச்சா
ஆன மழை பெய்யு முன்னு
ஆடுவெட்டி பொங்கவச்சோம்
அய்யனாரே இப்ப
போன மழை திரும்பலையே
பெய்யுமாரே

நெய் விளக்கும் ஏத்திவச்சோம்
நிறைகுடம் பாலும் வச்சோம்
மொய்க்கு மொய்யா தருவாரு
ஐய்யனாரு என்று
நம்பிய சனங்க இப்ப
வெம்பினாரு

காவலுக்கு உன்னை வச்சோம்
கையில் கொடுவா கொடுத்து
பாடுபடும் சனங்களுக்கு
அய்யனாரு இப்ப
பருவமழை பொய்த்ததாலே
லே.ஆப் ஆனாரு

ஆடுவெட்டும் அடங்கிப்போச்சு
பால் பொங்கலும் முடங்கிப்போச்சு
சூடுபட்ட சனங்க மனம்
அய்யனாரே இப்ப
சோறு தண்ணிக்கும் வறண்டு
போனாரே

கும்பிடு போட்ட சனம்
குனிஞ்சு விழுந்த சனம்
நம்புனதுல கோளாருன்னு
அய்யனாரே - இப்ப
சிந்தனைய செலவு செய்ய
முந்துனாரே

41. கூடுவிட்டு கூடு நான்

கூடுவிட்டு கூடு நான்மாறவேணும் ஒரு
கோவேரு கழுதையாஆக வேணும்
பல்லு போக சிலரைஉதைக்கவேணும் சிலரை
பரலோகத்துக்கேஅனுப்பவேணும்
சீர்திருத்தம் ரொம்ப பண்ணவேணும் - நடக்கும்
சீரழிவைத்தட்டி கேக்கவேணும்

ஒரு சுனாமியாக நான்மாறவேணும் பல
பினாமிகளைகொண்டு போக வேணும்
சின்னவன்பெரியவன்பேதம் பாக்காம
கம்பி எண்ணகளி திங்கப் போடவேணும்
அதிகார போதைய எறக்கவேணும் அந்த
ஆண்டவனையும் கூண்டில் ஏத்தவேணும்

புது எமெர்ஜென்சி சட்டமா மாறவேணும் அந்த
ஏகலைவன் அம்பா பாயவேணும்
தீண்டாமையை கழுவில் ஏத்தவேணும்
சீட்டைகிழிச்சு ஏற்றத்தாழ்வை ஓட்டவேணும்
தடை இல்லாகாதல் சட்டம் போடவேணும்
சாதி சங்கங்களை டிஸ்மிஸ்சு பண்ணவேணும்

ஒரு வேதாளமாக நான்மாறவேணும் - சிலரை
பாதாள சிறையில் போடவேணும்
குடும்பஅரசியலை ஒழிக்கவேணும் கோட்டைய
குப்பனும் சுப்பனும் ஆளவேணும் அதுக்கு
கூடுவிட்டு கூடு நான்மாறவேணும் பல
கோடி அவதாரம் எடுக்கவேணும்

42. வெண்டைக்காய ஒடிச்சிப்பாத்து

வெண்டைக்காய ஒடிச்சிப்பாத்து
விலையக்கேக்குற அந்த
முருங்கக்காய முறுக்கிப்பாத்து
பையில போடுற
தேங்காய தட்டிப்பாத்து
வாங்கிப்போகுற நடக்கும் - தேசக்
கொடுமைய தட்டிக்கேக்க ஏன்தயங்குற

பூசணிக்காயா மதச்சண்டையில்
மனுசமண்டைய பொளக்குற
பேயாட்டமா சாதிவெறியில்
ஊரைத்துண்டு போடுற
எளச்சவன் என்று தெரிஞ்சா
புளியம்பழமா உலுக்கற
ஏமாத்தும் கூட்டத்தைக்கண்டு
இடிச்சபுளியா இருக்கற

சுண்டக்கா பையனெல்லாம்
சுக்காமிளகா வெடிக்கறான்
சொரக்கா தொப்பைய தூக்கிகிட்டு
மரக்கா கணக்கா நடக்குறான்
பாவக்கா கசக்குதுன்னு
நாவக்காயப் போடுற - மனக்
கோவக்காய பழுக்கவிடாம
குத்துக்கல்லா நிக்குற

ஆகாயம் பூமிக்குள்ளும்
நுழைஞ்சு பாக்கும் மனுசா
ஆனைபுலி சிங்கத்தையும்
ஆட்டிப்படைக்கும் மனுசா
பாயுகின்ற கொடுமைய கண்டு
நழுவுற ஒரு தினுசா - அந்த
தொட்டாசிணுங்கி செடிக்கு சொரணைய
யாரு சொல்லிக்கொடுத்தா

43. சுட்டகல்லு வீடாகுது

சுட்டகல்லு வீடாகுது
சுட்டசங்கும் சுடர்விடுது
சூடுபட்டும் பாடுபட்டும்
கேடுகெட்டுப் போறியேடா வெள்ளச்சாமி

கெட்டகுடி கெட்டபடி
கேவலம்தான் பட்டபடி
குட்டகுட்ட குனியிறியே
கூனுபோட்டு வணங்குறியே
குறைகளை கேக்குமாடா கல்லுச்சாமி
பாடுபட்டும் பலனில்லையே வெள்ளச்சாமி

கொடுக்கற சாமியின்னான்
கூரையபிரிச்சுக் கொடுக்குமுன்னான்
கூரைகூட இல்லையடா வெள்ளச்சாமி
கள்ளநோட்டு பணத்தையெல்லாம்
உள்ளேவச்சு பதுக்கி வைக்க
காவிகட்டித் திரியுறாண்டா ரொம்பச்சாமி

ஏர்முனைய நம்பித்தாண்டா
பார் வலமே இருக்குது
சீர்பெறவே வழியக்காணாம் வெள்ளச்சாமி
வரிப்பணத்தை வாரி வாரி
மந்திரிக்கு மாலை போட்டே
கந்து வட்டி கடனாயிட்டான் விவசாயி

காலமெல்லாம் பாடுபட்டு
கையும் காலும் புண்ணாச்சு
வாழ்வே பட்டுப்போகுதடா வெள்ளச்சாமி
ஊரெல்லாம் ஒன்னுபட்டு
சாதிமதம் தள்ளிப்புட்டா
வாழ வழிபண்ணுமடா பொன்னுபூமி

44. முத்தென்றும் பவளமென்றும்

முத்தென்றும் பவளமென்றும் முக்கனியென்றும்
முத்தமிழில் பகர்ந்ததெல்லாம் மாறிப்போச்சு
தெண்டச்சோறு தடிமாடு உதவாக்கரைஎன்ற
செல்லப்பெயர் ஒன்றேதான் நிரந்தரமாச்சு
உன்னைப் பெத்த நேரத்துக்கு ஒரு
மண்ணைப் பெத்தாலும் வாழ்ந்திருப்பேன்
கண்ணை வித்து சித்திரம் வாங்கிய
கதையாப்போச்சு அடக்
கடங்காரனே தொலைஞ்சு போன்னு
கட்சிமாறியாச்சு என்னை
உச்சிமுகந்து பெத்தவளும்
உள்ளம் கசந்தாச்சு

சித்திரமே ரத்தினமே என்று
செல்லமா கொஞ்சிய அப்பனுமே
உத்திரமே தரித்திரமே உன்னை
பெத்ததால் வந்தது பெருங்கடனே
எத்தனை காலம்தான் நானுழைப்பேன்
உங்களைக்கட்டி மாரடிப்பேன்
இப்படியாய் பலகர்ஜனைதான் தினம்
அப்பனும் பன்னுறார் அர்ச்சனைதான்

ஊருக்கண்ணும் என்னை ஈயா மொய்க்குது
நெருஞ்சிமுள்ளா நெஞ்சுல தைக்குது
ஆயிரமாய் பல அர்த்தங்கள் பண்ணுது
வாய மெல்லுது கேலிபண்ணுது
வெட்கம் மானம் எல்லாம் போச்சு
ஏதோவிடுறேன் கொஞ்சம் மூச்சு
இராப்பொழுதும் நரைச்சாச்சு ஒரு
வேலை வரும் பாதை இருட்டாச்சு

45. நெத்திவேர்வை ரத்தமாக

நெத்திவேர்வை ரத்தமாக
நித்தம் நித்தம் சிந்தினோம்
நெட்டுயர்ந்த மலைகளையும்
வெட்டி வளம் ஆக்கினோம்
கொட்டுகின்ற மழையைக்கூட
அணைகள்கட்டி தேக்கினோம்
குடைந்தெடுத்து பூமியுள்ளும்
தங்கம் வைரம் நோக்கினோம்

தந்தனானா தானா தந்தனானா
தந்தனானா தானா தந்தனானா
ஏர் பிடித்து நீர் இரைத்து
பார் வளத்தை ஏற்றினோம்
சூளுரைத்து போரடித்து
நெற்குவித்துக் காட்டினோம்
நூலெடுத்து ஆடை நெய்து
மானம் காத்து நிற்கிறோம்
வானளக்கும் வீடுகட்டி
நம்திறனைக் காட்டினோம்

தந்தனானா தானா தந்தனானா
தந்தனானா தானா தந்தனானா

கொடுமைகளை நேரில் கண்டு
மனம் பதைத்து நிற்கிறோம்
கொதித்தெழுந்து துணிவு கொண்டு
தடுத்து கேக்க தயங்கறோம்
அடிமையாக வாழ்விழந்து
உரிமை இன்றி தவிக்கறோம்

சூடு சொரணை உணர்விருந்தும்
மழுங்கிப்போயி கிடக்கறோம்

தந்தனானா தானா தந்தனானா
தந்தனானா தானா தந்தனானா

ஊமையாகி கண்கள் குருடுமாகி
செவிடுமாகி கால்கள் முடமுமாகி
வாழ்வதாலே ஒன்றும் பயனுமில்லை
மானமோடு நாம் வாழப்பழகனும்
ஈசல் வாழ்வாய் முடிந்தாலும்
சுதந்திரமாய் பறக்கனும்
வரலாறு படிப்பதைவிட
வரலாறாய் நாம் மாறுவோம்

தந்தனானா தானா தந்தனானா
தந்தனானா தானா தந்தனானா

46. பதியம் போட்ட வாசனையா

பதியம் போட்ட வாசனையாய்
பழைய நினைவுகள் நாளும்
புதிய வண்ண எண்ணம் சுமந்து
பூக்கும் கனவுகள்
நதியைப் போல ஜதிகள் போட்டு
நடனங்கள் ஆடும் பெரும்
நிதியைப் போல நினைவைச் சுமந்து
கால வெள்ளம் ஓடும்

பட்டாம் பூச்சி கூட பறந்து
செடிக்கு செடி அமர்ந்தோம்
வெட்டுக் கிளியாய் எகிறி குதித்து
ஓணான் பிடிக்க விரைந்தோம்

குட்டி மரக்கிளையில் ஏறி
கொய்யா பழம் பறித்தோம்
தட்டான் சில்லும் நொண்டியாடி
சிட்டாய் பறந்து மகிழ்ந்தோம்

கோலி குண்டு ஆடியதை
மனதுக்குள்ளே ரசிக்கிறேன் அன்று
கூட்டாஞ்சோறு சமைத்ததை
இன்றும் நான் ருசிக்கிறேன்
கிட்டி புல்லு பட்டம் பந்து
மீண்டும் சுண்டி இழுக்குது
அன்று தொட்டு விளையாண்ட போது
விழுந்த மண்ணும் மணக்குது

உடைஞ்சுபோன ஒத்த சிலேட்டோடு
பள்ளி சென்றது இனிக்குது
மூன்று மையல் நித்தம் நடந்தேன்
என்றால் உள்ளம் சிலிர்க்குது
சின்ன வயசு சுட்டித் தனங்கள்
எண்ணும் போதே இனிக்குது-இன்று
பிள்ளைகளின் நினைவும் கனவும்
கருவறையிலும் கருகுதே

47. காதலுக்கு குடைபிடிச்ச

எங்க காதலுக்கு குடைபிடிச்ச
ஆல மரத்தப் போய் பாக்கனும்
கால நேரமின்றி குந்திப் பேசிய
கருங்கல் பாறையப் பாக்கனும்

என் தங்கதாமரை முக்குளிச்சி அந்த
தாமரை குளத்தப் போய் பாக்கனும்
நாங்க சந்திப்பதற்கு எல்லையில் குந்திய
அரசமரப் புள்ளையாரைப் பாக்கனும்

அவ ரட்டை சடை போட்டு ராட்டனமா சுத்தி வந்த
ஊருணிக் கரையைப் போய் பாக்கனும்
அவ ஒத்த குடம் இடுப்புல வச்சபிடி மரிச்ச
ஒத்தையடிப் பாதையும் பாக்கனும்

என்கொஞ்சும் கிளிக்கு அழகு காட்டிய
கோவக் கொடியப் போய் பாக்கனும்
என் கோலமயில் ஆசையாய் குதித்துபிடித்த
கொய்யா மரத்தைப் போய் பாக்கனும்

காட்டிக்கொடுத்து கூட்டில் அடைக்கவச்ச
கள்ளிச்செடியப் போய் பாக்கனும்
ரத்தத்தாலே எங்க பேரை தொட்டெழுத
முள்ளுதந்த கருவேலாம் மரத்தையும் பாக்கனும்

அவகாக்கா கடிகடிச்சு கண்ணால ஒத்தி தந்த
மாங்காமரத்தப் போய் பாக்கனும்
அவ ஓடி வந்து கட்டிக் கொள்ள உசுப்பிவிட்ட
அந்த வாலறுந்த குரங்கையும் பாக்கனும்

அவ விரலாறு என்று சொல்லி விரலோடு வச்ச
அந்த் வெண்டச்செடியப் போய் பாக்கனும்
என் உள்ளத்தை பறிச்சு மறைச்சு ஒளிச்சு வச்ச - அந்த
ஊரையும் உசுரையும் பாக்கனும்

48 ஆசைக்கும் காசுக்கும் பொறந்தானா

ஆசைக்கும் காசுக்கும் பொறந்தானா இல்லை
ஆணுக்கும் பொண்ணுக்கும் பொறந்தானா முகத்தில்
மீசை இருப்பதை மறந்தானா மஞ்சள்
பூசிக் குளிக்க அவன் துணிஞ்சானா

வீசையாய் தங்கதைக் கேட்கின்றான் ஆசைக்கு
பொன்னையா அணைக்கின்றான் பணம்
காசை பஞ்சனையில் பரப்பி விட்டு
கட்டிப்பிடித்தா இன்பம் சுவைக்கின்றான்

பெண்மையை பேரம் பேசுகிறான் சுத்த
பேடித்தனத்தில் வீரம் பூசுகிறான்
உண்மையில் உடம்பு மனிதனடா
உள்ளத்தில் மிருகமடா

கொள்கையில் அவனொரு திருடனடா அழகை
குத்தகைக்கு வாங்குகின்ற குருடனடா
கை கால்கள் இருந்தும் முடவனடா நல்ல
கல்வி அறிவிருந்தும் கசடனடா

அக்கினியால் பெண்ணை எரிக்கின்றான் அவள்
ஆசைகளை தீயில் கரிக்கின்றான் ரொம்ப
வக்கணையாய் பேசி சிரிக்கின்றான் அந்த
வஞ்சகனும் இங்கே இருக்கின்றான்

49. அடி என்னடி ஜக்கம்மா

அடி என்னடி ஜக்கம்மா நீ
திருச்செந்தூரு பக்கமா
கொஞ்சம் கவனமா இல்லாட்டி
லண்டனிலே நிப்பேம்மா - நீயும்

பக்தரென்ற போர்வையிலே
சுத்தி சுத்தி வருவாங்க - நீ
செத்த நேரம் கண்ணசந்தா
கடத்தி கிட்டு போவாங்க - லண்டனுக்கு
கண்டி கதிர் காமமெல்லாம்

சொந்த முன்னு பாக்காதே - உன்
உண்டியல உடச்சிடுவான்
ஊருக்குத்தான் போகாதே

பழனிமலை வேல வரை
இப்ப நீ பாத்தா ஆத்தா - அட
பாவிகளே என்று நீயும்
கேவி அழுவ ஆத்தா - விரல்
நகத்துலயே சுரண்டி அவரை
படுக்கப் போட்டுட்டாங்க - மனம்
பொறுக்காமத்தான் அய்யப்பனும்
உருட்டி விட்டாராங்க - பஸ்ச

சோறுமில்லை தண்ணி இல்லை
சோத்துக்குத்தான் வழியுமில்லை
வேலை ஒண்ணு வாங்கித் தாயேண்டி - ஜக்கம்மா
என் வேதனையப் போக்க வாயேண்டி - அட
உள்ள வேலையும் போகுதுன்னு
ஊருச்சனம் குமுறுறான் - அட
திண்ணை தூங்கிப் பயலே நீ
சிந்திச்சுத்தான் எழடா

50. மக்கிப்போன தழையப்போடு

மக்கிப்போன தழையப்போடு
மாட்டுச்சாணம் உரமாப்போடு
எக்காலத்துக்கும் ஏற்றது வீரய்யா
ஏர்கலப்பையில் உழுது விதை சுப்பையா
கந்து வட்டி கடனை வாங்கி
கண்ட கண்ட உப்பப்போட
நொந்து போயி செடியும் நிக்குது சுப்பையா
நஞ்சுபோச்சு நம்ம வாழக்கை இப்பைய்யா

பூச்சிக்கொல்லி நஞ்சடிக்க
நாக்குதள்ளி செடியும் சொக்க
நச்சு தண்ணி வேரில் பாயுது ரங்கைய்யா நம்ம
நஞ்சை புஞ்சை மண்ணில் சேருது நஞ்சைய்யா

மண்ணுக்குள்ள ஏர் உழுகும்
மண்ணுப் புழுவும் செத்துபோகும்
தண்டத்துக்கு உழைக்கிறியே பொன்னைய்யா - ஏழை
நெஞ்சம் போல நெகிழ வேனும் மண்ணைய்யா

கண்ணான விளை நிலங்கள்
மண்ணுக்கேத்த நம் விதைகள்
இன்னைக்கு இருக்கிறதா நாச்சியப்பா - அப்போ
இருந்ததெல்லாம் பறி போச்சு பச்சையப்பா

செடிகளை தாக்க வல்ல
புழுக்களை பூச்சியைத் திண்ண
பூச்சிகளும் பல இருக்கு மாரப்பா இத
புரிஞ்சு நீ இயற்கையைப் பாரப்பா

51. அக்கரஹாரத்து வீதிக்கே

அக்கரஹாரத்து வீதிக்கேசென்று
கர்ஜனைசெய்தது எங்கசாமி- உன்
அறிவால் எதையும் ஆராய்ந்து பாரென்று
நெறியை விதைத்ததும் எங்கசாமி
அது எந்தச்சாமி, ஈரோட்டு ராமசாமி

கடவுள்இல்லைகல்லென்று சொல்லி
போட்டு வுடைத்தது எங்கசாமி- அந்த
கடவுளர் கதையெல்லாம் காம லீலையோடு

அண்டப்புழுகென்று சொன்னசாமி
அது எந்தச்சாமி, ஈரோட்டு ராமசாமி

சாதிமதங்களின் இழிவைச் சாடி
தடி எடுத்ததும் எங்கசாமி- அந்த
சாஸ்திர மூடச் சடங்குகளை
தகர்த்தெரிந்ததும் எங்கசாமி
அது எந்தச்சாமி, ஈரோட்டு ராமசாமி

ஆணுக்குள்ள உரிமைகள் அனைத்தும்
பெண்ணுக்கும் வேண்டும் என்றசாமி- எந்த
ஆட்சி அதிகாரப்பதவி தேடிவந்தும்
ஆசைப்படாத அறிவுச் சாமி
அது எந்தச்சாமி, ஈரோட்டு ராமசாமி

தள்ளாத வயதிலும் தளராத வேகத்தில்
தன்மானம் காத்தது எந்தச்சாமி- அந்த
மூத்திரச் சட்டியை தான்சுமந்து மூடர்
நாத்தம் போக்கியது எங்கசாமி
அது எந்தச்சாமி, ஈரோட்டு ராமசாமி

புது ரத்தம் பாய்ச்சி புதுவிடியலை
உணர வைத்தது எங்கச்சாமி - என்றும்
உற்ற தோழனாய் மொத்த விடுதலைக்கும்
உயிரோட்டமான அறிவுச் சாமி
அது எந்தச்சாமி, ஈரோட்டு ராமசாமி

52. திசைகளின் விடியலடி

திசைகளின் விடியலடி பெண்
தீயின் சுவாலையடி உன்னை
வசை பாடும் மாந்தர்கள் நாவு அறுந்து விழ
வாளைச் சுழற்றிடடி

பெண்களின் ஆற்றலை பேச மறுக்கின்ற
பித்தர்கள் தேசமடி- அவள்
கண்களில் கருணையை காட்டிப் புகழ்வதும்
கயமையின் கோசமடி

காட்டிலும் வீட்டிலும் கடினமாய் உழைப்பதை
கலங்கரை விளக்கென காட்டிடடி - உன்
ஏற்றத்தை மாற்றத்தை மூடி மறைப்பார்
எத்திக் காரி உமிழ்ந்திடடி

காட்சிப் பதுமையல்ல போகப் பொருளுமல்ல
ஆளுமை உந்தன் அழகடி - நீ
வேற்றுகிரக வாசியும் அல்ல
விடியல் உனக்காய் ஆனதடி
கூட்டுப் புழுவும் அல்ல கூண்டு கிளியுமல்ல
நாட்டு விடியலின் உச்சமடி
பூட்டிய விலங்கினை உடைத்திடடி உன்
புத்தியை ஆயுதம் ஆக்கிடடி

மனித உணர்ச்சிகளின் மூலமடி இந்த
புவியின் படைப்புத் தாயடி
எரிமலை குமுறாலாய் இருக்கிறாள் என்பதை
புவிக்கு நீ உணர்த்திடடி

கலெக்டர் வேலைக்கும் கெட்டிக்காரி
காவல் துறைக்கும் நீ அதிகாரி
ராணுவ உடையில் போர் முனை செல்வாள்
நாட்டை காக்க உயிரையும் தருவாள்

53. காலுக்கு அழகு

காலுக்கு அழகு நடப்பது தாண்டா
தோளுக்கு அழகு நிமிர்ந்து நிற்பதுதாண்டா

ஊருக்கு அழகு சேர்ந்து வாழ்வது தாண்டா - இதை
உணர மறுக்குறியே ஏண்டா ஏண்டா

தெருவுக்கு அழகு வந்து போவது தாண்டா
செருப்புக்கு அழகு போட்டு நடப்பது தாண்டா
கிணத்து அழகு நீர் இரைப்பது தாண்டா - இதை
தடுக்க நினைப்பது ஈனமடா

கோவிலுக்கு அழகு கும்பிட்டாத்தாண்டா
குளத்து அழகு குளிப்பது தாண்டா
தேருக்கு அழகு சேர்ந்து இழுப்பது தாண்டா
திருவிழாவுக்கு அழகு ஒத்துமை தாண்டா

சாதியென்றால் ஆண் பெண் இரண்டேதாண்டா
சரி நிகர் சமமாய் மதிப்பது தாண்டா
இட்டார் பெரியோர் இடாதார் இழி குலத்தோர் என்பதும்
அவ்வையின் வாக்குத் தாண்டா

மனிதனை மனிதனாய் மதிக்கனுண்டா - அதில்தான்
மனிதனுக்கு மேன்மை இருக்குதடா
மடமையில் வாழ்ந்தால் மிருகமும் கூட
மனிதனைக் காரி உமிழுமடா

54. நாட்டாமை கிழவன்

நாட்டாமை கிழவன் பண்ணும்
லந்து குசும்ப கொஞ்சம்
நீட்டாமச் சொல்லுறேன்
நீங்களும் தான் கேளுங்களேன்

நண்டு கடிக்க வேணும் கிழவனை
நாயும் புடிக்க வேணும்

பாக்கு கேக்கப் போனேன் கிழவன்
கண்ணை சிமிட்டிப் புட்டான் - இந்த

நாத்து நடவோட கிழவனை
சேத்து நடவேணும்
பாத்துப் பழகனுண்டி கிழவன்
பார்வை சரியில்லடி

கோழி புடிக்கறேன்னு கிழவன்
வேலிதாண்டிப் போனான்
குப்புற விழுந்ததில் பல்லுப்போயி
பொக்கையும் ஆயிட்டாண்டி

தொட்டில் குழந்தைய கிழவன்
பட்டுன்னு கிள்ளிப் போட்டு
பாலுக்கு அழுகுதுன்னு கிழவன்
பல்லை காட்டுறாண்டி

உச்சி வெயிலிலே நடவு
ஓட்டம் குறைஞ்சு போனா
ராத்தூக்கம் கெட்டுச்சான்னு கிழவன்
நக்கலா கேக்குறாண்டி

கட்டுத் தூக்கரேன்னு கிழவன்
கையப் புடிச்சுப் புட்டான் - இந்த
கட்டையில் போற வயசில் கிழவன்
துள்ளிக் குதிக்குறாண்டி

55. கருவுக்குள் உருவாகும்

கருவுக்குள் உருவாகும் கலைப் பொக்கிஷம் - பிஞ்சு
காலால் உதைக்கின்ற சுகம் அற்புதம்

வயிற்றில் சுமக்கின்றாள் அமுதத்தை கொஞ்சி
மகிழ தவமிருப்பாள் உதையத்தை - புதிய

அன்னை தந்தை மருத்துவ பரிசோதனை - புது
உலகை படைக்கும் சமுதாய சாதனை
நம்பிக்கை மையம் செல்ல மறுக்காதே
சொர்க்கத்தின் வாசலை அடைக்காதே

கருவுற்ற தாயிக்கும் மருத்துவ பதிவு
வளரும் நிலவுக்கும் நலம் பேணும் உறவு
கொத்தாக காக்கும் சத்தான உணவு
முத்தாக வளரும் முழு மன நிறைவு

உலகம் உருள வழி விடுங்கள்
உற்றார் உறவுக்கும் சொல்லிவிடுங்கள்
முயன்றால் எதுவும் தடையல்ல
வேராய் விழுதாய் தாங்கிடுவோம்

56. காணவில்லை காணவில்லை

காணவில்லை காணவில்லை
கண்காட்சியை காணவில்லை
ஞாயமில்லைஞாயமில்லைஇயற்கை
அழிந்து போவது நியாயமில்லை

கண்ணைவிட்டு மறைஞ்சு போகுது
தூக்கணாங்குருவிக்கூடு - எந்த
காத்து மழைக்கும் தாக்குப்புடிக்கும்
மூக்காலகட்டிய வீடு
தென்னங்கீத்துல தூளிகட்ட
தாலாட்டுப்பாடும் காத்து அந்த
விளக்குக் கம்பிக்கும் தொங்கட்டான் போட்டு
வேடிக்கை காட்டுச்சு நேத்து

நத்தையாரே நத்தையாரே - என்ன
அத்தை வீடு பயணமோ என்று
சுத்திவரும் பிள்ளைங்க காணோம்
தொப்பி போட்ட நத்தையைக் காணோம்
காத்தாடி மரத்தக் காணோம்
கலகலன்னு சிரிப்பக் காணோம்
கூத்தாடும் குரங்கக் காணோம்
குக்கூ பாட்டுக்குயிலக் காணோம்

நண்டுறும் வயலைக் காணோம் - இப்ப
நாரைக்கொக்கு தவத்தைக் காணோம்
குண்டுசி முனையளவும்
நஞ்சு இல்லா பயிரைக் காணோம்
கொழிஞ்சி விளைஞ்ச நிலத்தைக் காணோம்
குப்பைத்தொட்டிய விளைச்சல் காணோம்
அறுப்பு அறுக்க சனங்க காணோம் - காட்டில்
ஆடுமாடு மேச்சல் காணோம்

தும்பப்பூ செடியக்காணோம்
சொக்கிப்பறக்கும் ஓவியம் காணோம்
செம்போத்து சிணுங்கக் காணோம்
தேன்சிட்டின் வரவைக் காணோம்
வண்டு எச்சில் தேனைக் காணோம்
வானம் தட்டும் கிளை மூச்சக் காணோம்
ஐந்தறிவு மண்ணில் எங்கும் அழகை விதைக்குது
இந்த ஆறறிவு அங்கேயும் போயி அழிவை விதைக்குது

57. ஏழைகள் எல்லாம் ஒரு சாதி

ஏழைகள் எல்லாம் ஒரு சாதி நாம
எதிர்க்க வேண்டியது பணச் சாதி
கூலி சனத்துக்கு எதுக்குடா சாதி
கொடுமையை எதிர்த்து போராட வா நீ

உப்பு புளிக்கும் உதவாத சாதிக்கு
எப்பவும் சண்டை ஏனய்யா நீ
எண்ணிப் பாத்து சொல்லைய்யா
உச்சி வெய்யிலில் நித்தம் உழைக்கிறோம்
நீயும் நானும் சரியா - நம்ம
மேனி தீயுது கரியா

கந்தல் துணிக்கும் நொந்து தவிக்கறோம்
காஞ்சு கிடக்கிறோம் புஞ்சையா நம்ம
வாழ்க்கை கிடக்குது பஞ்சையா
ஓலைக் கூரையும் வானத்தப் பாக்குது
மழைக்கு நனைஞ்ச கோழியா வீடு
முழுக்க இருக்க மூளியா

சாண் வயிரும் சருகா காயுது
பொண்டு புள்ளைங்களை பாரைய்யா இதில்
சாதிச்சண்டை ஏனைய்யா
ஓஞ்சு ஒரு நாள் ஓய்வு எடுத்தா
உண்ண உணவு ஏதைய்யா இதில்
சாதிச் சண்டை தேவையா

நித்தம் உழைச்சாதான் சோறு நமக்கு
கையும் காலையும் நம்பு இனி
வேண்டாம் சாதிக் கொம்பு
ஒத்துமையா சேர்ந்திருந்தா
வாழ்க்கை நமக்கும் உண்டு எதிர்
காலம் மணக்கும் செண்டு

58. ஊசித்தொண்டக்காரி

ஆண் - ஊசித்தொண்டக்காரி
ஒரு பானை சோத்துக்காரி

உருட்டு கட்டு சேலைக்காரி
உரலு பாத்தா கோவிக்குமடி

பெண் - நண்டுக்கால் பேச்சழகா
நத்தைபோல பல்லழகா
சுண்டக்கா விழியழகா
சுலட்டி சுலட்டிப் பாக்காதேடா

ஆண் - வெண்டக்கா பேச்சழகி
வெள்ளாட்டுக் கலரழகி
தூண்டி முள்ளு சொல்லழகி
சுண்டி சுண்டி இழுக்காதடி

பெண் - கருப்பட்டி வடிவழகா
கள்ளிச் செடி முடியழகா
சுருட்டி சுனங்கும் மூக்கழகா
விரைச்சு விரைச்சு பாக்கதேடா

ஆண் - பட்டாசு திரியப் போல
எட்டிப் பாக்கும் கூந்தலுக்கு
சொரக்கா குஞ்சமடி
தொட்டா சிணுங்கி ஆகாதடி

பெண் - முந்திரிக் காட்டு பல்லழகா - உன்
முகத்துக்கு எடுப்பாதாண்டா
தேங்காய் திருகிக்கறேன் ஊரு
திருவலம் தான் வந்து போடா

ஆண் - கஞ்சா செடி கண்ணழகி
கருவாட்டு உதட்டழகி
அண்டங்காக்கா குரலழகி
கஞ்சிப்பானையா கொதிக்குதடி

பெண் - ஆம்பளைக்கு பொம்பள எப்பவும்
அடிமையா எண்ணாதேடா
உன் ஆத்தாலும் பொம்பளதாண்டா
அறிவு கெட்டுப் பேசாதடா

59. ஆம்பள இப்படி மாறக்கூடாது

ஆம்பள இப்படி மாறக்கூடாது சின்னப்பொண்ணு
அப்படி இருந்து எப்படி மாறினார் செல்லக்கண்ணு
எந்தநேரமும் வந்து நிற்பார் சின்னப்பொண்ணு - இப்ப
எரிஞ்சு எரிஞ்சு விழுவதேன் செல்லக்கண்ணு

கல்யாணமான புதுசிலே சின்னப்பொண்ணு என்னை
கண்ணே பொன்னே என்று கொஞ்சுவார் செல்லக்கண்ணு
மல்லிகை மணமா வந்து நிப்பார் சின்னப்பொண்ணு - அந்த
மலர்ந்த முகத்தைக் காணோம் இப்ப செல்லக்கண்ணு

தலைவலி காய்ச்சல் வந்தா சின்னப்பொண்ணு
தைலம் எடுத்து தடவிவிடுவார் செல்லக்கண்ணு
பல் வலின்னு படுத்திருந்தா சின்னப்பொண்ணு
பதறிப்போயி துடிச்சிடுவார் செல்லக்கண்ணு

ஆசையா தின்னும் அல்வா கேட்டா சின்னப்பொண்ணு
வீசைக்கணக்கா வாங்கித்தருவார் செல்லக்கண்ணு
பாசம் பொங்க பேசிடுவார் சின்னப்பொண்ணு - அந்த
பழைய பேச்சைக் காணோம் இப்போசெல்லக்கண்ணு

அடுக்கலையில் சமையல் செஞ்சா சின்னப்பொண்ணு காய்
அறுத்து கொடுத்து உதவி செய்வார் செல்லக்கண்ணு
உடுத்தும் துணிய அலசிவச்சா சின்னப்பொண்ணு
உலர்த்தியதை எடுத்து வைப்பார் செல்லக்கண்ணு

என்னாச்சு ஏதாச்சோ சின்னப்பொண்ணு - இப்ப
ஏறெடுத்தும் பாக்க மறுக்கிறார் செல்லக்கண்ணு
அன்னிய கம்பெனி வரவினாலே சின்னப்பொண்ணு
அலைக்களிஞ்சி வாடிப்போறார் செல்லக்கண்ணு

60. கர்ப்பத்தின் குரலொன்று

கர்ப்பத்தின் குரலொன்று ஒலிக்கின்றது
கருவறையில் இருந்து கண்ணீர் வடிக்கின்றது
கற்பூரக் கேள்விக்கணை தொடுக்கின்றது
பெற்றவரே குலவிளக்கை அழிப்பது முறையோ- இந்த
கொடுமைக்கு சமுதாயம் பொறுப்பாவது சரியோ

உன்அழகு முகத்தைப் பார்க்க எனக்கு
ஆசையாய் இருக்கு அம்மா- நீ
அள்ளிஅணைத்து உச்சிமுகர
ஏங்கித் தவிக்கிறேன்அம்மா
அப்பாவோடு நேற்று இரவு
கண்ணீர் வடித்தாய் அம்மா- நான்
ஆண்பிள்ளை இல்லை என்பதால்
என்னை அழித்தடச் சொன்னார் அம்மா

அன்று நீ பெண்என்பதால்
அழிக்க நினைத்தாளா உன்அம்மா அவ
ஆசைக்கனவை சீதனப்பேயால்
கொன்றிருந்தால் நீ ஏதம்மா- உன்
அடிவயிற்றில் நான் உதைப்பது
வலிக்கிறதா சொல்லம்மா
அதனாலே வெறுத்தென்னை
அழிக்கத் துணிந்தாயோ கூறம்மா

உனக்கு ஆராரோபாட்டுச் சொல்ல நீ
ஆடிக்களித்தாய் இன்பமா அந்த
ஆசை எனக்கும் இருக்காதா இன்று
நீ செய்வது ஞாயமா
சிறு செடியும் விதையை பாரமா
நினைப்பதுண்டோ சொல்லம்மா- அந்த
கொடியும் கொம்பில் ஏறி
பிஞ்சை வளர்க்கிறதே பாரம்மா

கான்வெண்டு படிப்பு வேணாமம்மா இந்த
கவர்மெண்டு பள்ளிக்கே போறேனம்மா
கண்ணும் கருத்தாய் நான் படிப்பேன் எந்த
வேலைக்கும் தகுதி ஆவேனம்மா
காசு பணம் நகைதேவை இல்லை நீ
பேசும் வார்த்தை போதுமம்மா உன்
பால்முகத்தை நான் பார்த்து மகிழ்வேன்
கால் வலித்தால் மெல்ல பிடித்துவிடுவேன்
தாயாய் உனக்கு நானிருப்பேன் நல்ல
தாதியாய் இருந்து பாத்துக்குவேன் கவரி
மானாய் பண்பில் கால் பதிப்பேன்
உன்மகளென்று பேரெடுப்பேன் - நீ
கருவை அழித்திட காணும் உபாயம்
உன் உயிருக்கு ஆபத்து நேர்ந்திடுமோ - அந்த
கவலை என்னுள் திரண்டு என்
பிஞ்சு மனம் துடிக்குதம்மா

61. என்னத்தக்கண்டேன்

என்னத்தக் கண்டேன் நான்
உன்னையக் கட்டிக்கிட்டு - புள்ள
இடுப்பில் ஒண்ணு கையில ஒண்ணு
மிச்சமாவச்சு கிட்டு

கல்யாணம் ஆகும் முன்னே
பொய்யா சொல்லிப்புட்டு - இப்ப
இடக்கு முடக்கு பேசுறியே
எல்லாம் பண்ணிகிட்டு
வருசமொரு சேலை யுண்டா- நான்
புருசன் பெருமை சொல்வதற்கு இந்த
கூரைச் சேலைதான் நீ கொடுத்தது
மத்ததெல்லாம் நான்கொண்டு வந்தது

நாலு பேரைப்போல கழுத்து
நகையப் பாத்ததுண்டா இந்த
தாலிச் சரடு போக காதும்
மூளியாச்சு துண்டா

ஊரு சேரி போக சேலை
உருப்படியா இல்லை இந்த
கூறு கெட்ட சிறுக்கிக்கும் - வேறு
போக்கிடமும் இல்லை
மறுவீடு போனபோது
ஆத்தா கொடுத்த குண்டா - ரொம்ப
அடம் புடிச்சு தவணையில்
வாங்கியது இந்தஅண்டா

குளூரு சுரம் நோவு கண்டு
குட்டி யாடும் போச்சு - இந்த
குடிகார மனுசனாலே
வெள்ளாடும் காலியாச்சு

ஊருச்சனம் கூடிப்பாக்க
குடும்பம் கேளியாச்சு - இந்த
உதவாக்கரை போனா போடா
பொழப்பு காலு தூசு

62. இலங்கையை குரங்கு எரித்தது அன்று

இலங்கையை குரங்கு எரித்தது அன்று
இலக்கியம் கூறும் சரித்திரம் உண்டு
விலங்கு குணம் புரியுமா விளைவிக்கத் தெரியுமா
அழிப்பது கண நேரம் ஆக்கம் பெறமுடியுமா

குரங்கிலிருந்து வாலை மட்டும்
நறுக்கிக் கொண்டவனே - அட
கூறுகெட்ட மனிதா நீ
கொள்ளி வைத்தது முறையா - உன்
அன்னைபூமி அசோகவனமாய்
சிதைந்து போவது சரியா

சிறையெடுப்பதும் சிறையில் அடைப்பதும்
அசுரர்கள் ஆட்சியில் வாடிக்கை
வரைமுறை இன்று வழிப்பறி கொள்ளை
கொலைகள் கொடுமையா வேடிக்கை
தலைமுறையாய் பலதவறுகளால் நம்
சரித்திர மேனியில் வடுக்கள்

தலைவன் மேனியில் விழுவது துரும்பு
கடைகள் அடைப்பு பேருந்து எரிப்பு
தலைவனுக்காய் தொண்டன் தீக்குளிப்பு
அப்பாவி பெண்ணுக்கு தாலிஅறுப்பு
விலை மதிப்பில்லாத உயிர் பறிப்பு
வீதியில் நடக்குதே இதுவா சிறப்பு

மண்ணில் பிறந்த நாய்கள்கூட
மனிதனை காக்க உயிர் கொடுக்கும்
மானும் துளி நீரையும் கொடுத்து
இணையை காக்க உயிர் துறக்கும்

மனிதா மனிதா நீயா நீயா
உயிரை விறகாய் எரித்தாய்

எம்மதம் ஆனாலும் எவ்வுயிரானாலும்
வாழ்வின் மகத்துவம் புரிந்து நட
எந்தவழியில் நீ பயணம் போனாலும்
அடிப்படை மனிதனாய் மதித்து நட
எந்த இடரிலும் நல்விதை முளைக்கும்
தெளிந்த சிந்தனையில் தேசம் மணக்கும்

63. யார் எந்தக் கலைக்கு

யார் எந்தக் கலைக்கு சொந்தக்காரன்
பாட்டுக்கும் கூத்துக்கும் மெட்டுக்காரன்
பூவுக்கும் சொந்தமாய் வண்டுமுண்டே
வண்டுக்கு சொந்தமாய் பூவுமுண்டே

கடல் ஒலியை சங்கும் அறியாது
சங்கின் ஒலியை கடலும் அறியாது
காத்து வந்தே இசை கூட்டுது - வந்து
காதிலே நாதமாய் ஊட்டுது

காட்டு விலங்கு பறவைகளும் நாளும்
பாட்டுக்கு தந்தது வாய்ப்பாடு
ஆத்து தண்ணியும் நாணல் புல்லும்
தாளம் தட்டிப் போடும் கூப்பாடு

மாட்டு வண்டியும் மணிச்சத்தமும்
தானத்தந்தன தாளமடா - அட
ஆட்டுக்குட்டி ஓடும் போது
காஞ்ச சருகும் மேளமடா

தோகைமயில் ஆடல் தந்தது
சோலைக்குயில் பாடல் தந்தது

சீறும் கலையை நாகம் தந்தது
சிட்டுக்குருவியும் காதல் தந்தது

எல்லாமே இயற்கை தந்தது இதில்
சொந்தம் எவன் எதைக் கொள்வது - அட
உள்ளது எப்பவும் சொந்தமில்லை
ஆனா போட்டி பொறாமைக்கு பஞ்சமில்லை

64. மனிதன் யாருங்க

மனிதன் யாருங்க இங்கே
மனிதன் யாருங்க
மனிதன் போன்ற உருவம் தவிர
எல்லாம் வேறுங்க
எண்ணிப் பாருங்க - சிந்தனை
பண்ணிப் பாருங்க

பொரனி பேசுது ஒரு கூட்டம்
புடுங்கி திங்குது மறு கூட்டம்
கரணம் போடுது ஒரு கூட்டம்
காட்டிக் கொடுக்குது மறு கூட்டம்
வரம்பின்றி சேர்க்குது ஒரு கூட்டம்
வயிற்றைத் தேடுவது உழைக்கும் கூட்டம்

அரசியல் பன்னுது சில கூட்டம்
அடி தடி பன்னுது சதிக் கூட்டம்
சண்டையை முட்டுது நாசக் கூட்டம்
சர்ந்தப்பம் பாக்குது திருட்டுக் கூட்டம்
பொய்யை விதைக்குது மதக்கூட்டம்
மெய்யென நம்புது சனக் கூட்டம்

உழைப்பை நம்புது ஒரு கூட்டம்
உறிஞ்சிக் கொழுக்குது பணக் கூட்டம்

ஓதிச் சுரண்டுது பள்ளிக்கூட்டம்
உடமையை இழக்குது உழைக்கூட்டம்
நீதிக்கு இங்கு தடுமாற்றம்
நித்தம் இங்கு நடக்குது போரட்டம்

65. டவுனு பஸ்சு டப்பா பஸ்சா

டவுனு பஸ்சு டப்பா பஸ்சா
மாறிப் போச்சுங்க - அந்த
தகரடப்பா பஸ்சும் இப்போ
நின்னு போச்சுங்க
உக்கார இடம் இருக்கும்
சீட்டிருக்காது அங்கே
நிக்கற மனுசன் புடிக்கவும்
கம்பி இருக்காது
சன்னல் வழியா இடம்புடிக்க
புள்ளைப் போட்டான்
தாவி மீசைக்காரனங்கே
துண்டை விரிச்சான்
கைப்பைய வச்ச மனுசன்
அரக்கப் பரக்க ஓடுறான்
கைக்குட்டைய போட்ட மைனர்
காணோமுன்னு தேடுறார்

கண்டக்டர் படியில் நின்னு
உள்ளே வரத் தவிக்கிறார்
முண்டியச்சு சனக் கூட்டம்
மூட்டப்பூச்சியா நசுக்குறார்
காலில் மிதிக்கபட்டவரோ
காட்டுக் கத்தா கத்துறார்
டிக்கட் கொடுக்க கண்டக்டரு
குரங்கு போல தாவுறார்

பஞ்சர் போட போன வண்டிக்கு
டயரைக் காணலீங்க
தண்ணி ஊத்தப் போன வண்டிக்கு
இஞ்சினைக் காணலீங்க
ஓட்ட வண்டியக் கணக்கு காட்டி
நல்ல வண்டிய விக்குறான்
கார்பரேசன் ரூட்டையெல்லாம்
தனியாராக்கப் பாக்குறான்

டிரைவர் பிரேக்கு மேல ஏறி நின்னும்
வண்டி நிக்கவில்லை
ஸ்டாப்பு தாண்டிப் போக வந்த
சண்டை ஓய வில்லை
நின்ன வண்டிய கிளப்புதுன்னா
ஏறங்கித்தாங்க தள்ளனும்
நித்தம் இந்த இழுபறியால்
சர்க்கார் வண்டிய ஓட்டனும்

ஓட்டுனரும் நடத்துநரும்
பணத்தப் பெருக்கிக் கொடுக்கறான்
கார்ப்பரேசன் எப்பவுமே
நஷ்ட கணக்க காட்டுறான்
பொதுத் துறைய ஒழிச்சு கட்ட
முடிவு பண்ணிட்டானுங்க
பொதுமக்கள் வாயாலே இப்ப
சொல்ல வச்சுட்டானுங்க

66. ஏழைபடும் பாட்டினிலே

ஏழைபடும் பாட்டினிலே
விளைஞ்சு நிக்கிற நெல்லம்மா
வழையடி வழையாய் உன்னை
வணங்கி வாரோம் செல்லம்மா

பொங்கி வரும் காவேரியாய்
எங்கள் குல சீதேவியாய்
மங்களமாய் வந்தவளே
சிங்காரத் தை மகளே

உழுது நிலம் குளிச்சு
பயிரும் கால் பதிச்சு
பொழுதா கிளை கிளைச்சு
பூவிழியும் பூப்பறிச்சு
எழுதா ஓவியமாய்
எண்ணத்தில் ஆயிரமாய்
தங்க வயலடிச்சோம்
தங்காமப் போறியேடி

வாழை குலை சாயும்
வடக்கு முகம் பாத்து
தென்னங் குலை சாயும்
தெற்கு முகம் பாத்து
கன்னல் விளைந்தாடும்
கழனி மணம் சேத்து - அட
என்ன விளைச்சாலும்
ஏழைக்கு ஒன்னுமில்லை

மாடு உழைச்சதுக்கு
மாட்டுக்கொரு பொங்கவச்சேன்
காடு விளைச்சதுக்கு
காட்டுக்கொரு பொங்கவச்சோம்
பாடுபட்ட மக்களோட
பஞ்ச நிலை போக்கிட வேண்டி
பாட்டாளி மக்களெல்லாம் - இனி
ஒண்ணு சேரா புதுப் பொங்கவப்போம்

67. எங்க அத்தை மவ சித்திரம்

ஆண் - எங்க அத்தை மவ சித்திரம்தான் - அவ
அழகு நவரத்தினம் தான் - ஆனா
பெத்தவங்க கட்டிக் கொடுக்க
சொத்து சொகம் வைக்கலதான்

பெண் - ஏ சோளக் கொள்ளை மாமா
கொஞ்சம் சொரணை இருக்கலாம் - நீ
உப்புப் போட்டு சோறு தின்னா
இப்படிக் கேக்கலாமா - சரி
அத்தனையும் கொடுத்தா நீ
ஆம்பளையா நடப்பியா - இல்லை
அதிலும்கூட கணக்குப் பாத்து
குளறு படியா இருப்பியா

அதையும் இப்பவே சொல்லு - என்
எதிரில் நிக்கிற கல்லு
நானோ நெரிஞ்சி முள்ளு
கொஞ்சம் தள்ளியே நில்லு

ஆண் - அடி நான் படிச்சிருக்கிற படிப்புக்கும்
ஆபீசு வேலை மினுக்குக்கும்
மேனி இருக்கிற கலருக்கும்
வாட்ட சாட்ட உடம்புக்கும்
ஊரு வியந்து பாக்க நாம்
ஜோடி சேந்து போக - இன்னும்
ஸ்கூட்டர் கேக்க நினைச்சேன்
நீ குட்டப் போட்டு உடைச்ச

பெண் - மாமா இப்ப
படிச்சவங்க ரொம்பப் பேருக்கு

பைத்தியம் தான் புடிச்சிருக்கு
அரிச்சு திங்கிற கரையானா இருக்குறியே
எதுக்கு உனக்கு பொம்பள நெனப்பு

ஆண் - அடியே போதும் நிறுத்து எனக்கு
அறிவு வந்துச்சு பொருத்து
ரத்தம் சுண்டிப் போக
நல்லாக் கேள்வி கேட்ட
பொண்ணுக் கொடுத்தா போதும் - எந்தப்
பொருளும் எனக்கு வேணாம்
அறிவு கண்ணத் திறந்துவிட்ட - எனையும்
மனுசனா மாத்திப்புட்ட.

68. மிட்டாயி வேணும்

மிட்டாயி வேணும் மிட்டாயி அம்மா
மிட்டாயி வேணும் மிட்டாயி
இப்ப முத்தம் தாரேன் கன்னத்துல அது
தித்திக்குமடி மிட்டாயி
வாரங்கழிஞ்சா கூலி கிடைக்கும்
வாங்கித்தாரேன் மிட்டாயி
வண்ணக்கிளியே வாடாதே
இப்ப வாடி போலாம் பட்டாயி

சிலுக்கு சொக்கா நோம்புக்கு
வாங்கித்தாரேன்னு அப்பாத்தனே சொல்லுச்சி
இப்ப பழசும் கிழிஞ்சி போச்சுனா
ஏம்மா என்னை அடிக்குது - நீ
அப்பாக்கிட்ட சொல்லி எனக்கு
சொக்கா வங்கித்தாம்மா

ஆறு மாசமா மழையில்லை
அப்பாவுக்கும் வேலை இல்லை - நானும்

வேலைக்கு போனேன் கூலி கொடுக்கல
நாளைக்கு கூழுக்கும் வழியில்லை
என் சேலையக் கிழிச்சு நானுனக்கு
சொக்கா தைச்சுத் தாரேன்

நான் பள்ளிக்கூடத்துக்கு போறேன்னு
ரண்டு வருசமா கேக்கறேன் - நீ
தம்பிய மட்டும் அனுப்புற
என்னைய ஏனோ மிரட்டுற
ஆடு மாட்டோட என்னையும் சேத்து
அடிச்சித் தானே விரட்டுற

நான் பள்ளிக்கூடத்துக்கு போறேன்
புத்தகம் வாங்கித்தாம்மா
பட்டணத்துப் புள்ளைங்க போல
நானும் படிக்க வேணும் ஆமா
கல்விய நானும் கத்துகிட்டு
கலெக்டராக வேணுமம்மா

69. அருவா கொடுவா

அருவா கொடுவா இப்போ ஆட்சி செய்யுது
ஆளுக்காளு ரத்தம் தொட்டு பொட்டு வைக்குது
வீதிக்கொரு சாதி நரி ஊளையிடுது
வீட்டுக்கொரு பெண் தாலி அறுந்து தொங்குது

சரியா தவறா என்று சிந்திக்க வேணும் - மனித
சாதியெல்லாம் ஒண்ணாக் கூடி குந்திக்க வேணும்
நெறியா நடக்க நாம் முந்திக்க வேணும்
நித்தம் புது மலரா சந்திக்க வேணும்

மரம் செடி மண்ணில் என்றும் வெட்டிக்கவில்லை - அது
மனம் கசந்து வரம்பு மீறி திட்டிக்கவில்லை

மனுசனை மனுசன் இங்கு வெட்டிக்கராண்டா
மண்டை மேடு சண்டைக் காடா எண்ணிப்பாரடா

கழனி சேற்றில் உழைப்பது நாம தானடா - கதிர்
அறுக்கும் போது சிந்தும் ரத்தம் பேதமேதடா
நிலமிருக்கும் பண்ணைக்கு நாம் கூலிசமைடா
நினைத்துப்பாரு சாதி சண்டை அர்த்தம் ஏதுடா

வஞ்சனை வலை விரிப்பார் வீழக் கூடது ஆதி
மந்திகளாய் மீண்டும் நாம் மாறக் கூடாது
கொஞ்சும் குழந்தைகளை அன்பு செலுத்துவோம்
தேசம் குற்றுயிராய் கிடக்குதே வைத்தியம் பாப்போம்.

70. தாழ்ந்தவன் என்ற நினைப்பை

தாழ்ந்தவன் என்ற நினைப்பை தள்ளடா தள்ளு
தன்மான உணர்வு கொண்டு நில்லடா நில்லு
உன்னை மதிக்கக் கற்றுக் கொள்ளடா கொள்ளு
ஊருக்குள் தலை நிமிர்ந்து செல்லடா செல்லு
அவன் அப்பன் செத்தா குழிய அவனே வெட்டட்டும்
பாடையும் கட்டட்டும் சாவு மேளமும் கொட்டட்டும்

துண்டை எடுத்து தலையில கட்டு
துணிவை அள்ளி நெஞ்சுல கொட்டு - நம்மள
மட்டமா பேசுனா மயித்த புடிச்சு வெளுத்துக்கட்டு
அடிச்சா திருப்பி அடி மயித்த புடிச்சா நீயும் புடி
சாதி சொல்லி ஏசுனா தயங்காமல் சோட்டால் அடி
கோவிலுக்குள் வேதம் படி பூசை மணிய நீயே அடி

ஆட்சி அதிகாரம்படி தீண்டாமைய வேரோடழி
எல்லையில காவல் காக்கும் அய்யனாரும் நாமதாண்டா
ஊருக்குள்ளே வலம் வரும் காளிமாரி நாமதாண்டா

வீரமும் நாமதாண்டா விளை நிலம் நாமதாண்டா
பாடுபொருள் நாமதாண்டா கலை
படைப்பெல்லாம் நாமதாண்டா

71. சாலை மரம்

சாலை மரம் பூத்தெளிக்க
சலங்ககட்டி நீ நடக்க
கிளைகளை விலக்கியந்த
நிலவுன் எழில் ரசிக்க
கண்டு கொண்ட பறவைகளும்
சத்தமிட்டு கிசு கிசுக்க
சேதி சொல்ல கிளையை விட்டு
வேறு மரம் பறக்குதடி

மாயமான் போல வந்து
நேயமாய் நின்றவளே
மனமென்னும் காட்டுக்குள்ளே
கூவுகின்ற பூங்குயிலே
கொஞ்சுகின்ற அருவி சத்தம்
உன் பேச்சு சிந்திய மிச்சம்
கன்னத்தில நானொரு மச்சம்
கண்மணியே ஏனடி அச்சம்

ஒரு பார்வை பாத்து வச்சா
ஒரு வாரம் சோறு மிச்சம்
மறு பார்வ பாத்து வச்சா
மாசமெல்லாம் செலவு மிச்சம்
சிறுவாடு சேத்து வச்சு
சருகப்பட்டு வாங்கி வைப்பேன்
உன் சங்குமணி கழுத்துக்கொரு
திருகுமணி பூட்டப் போறேன்

என் தோகை மயில் ஆசையிலே
தேகமெல்லாம் வேகுதடி
பாவை உன்னைப் பார்த்த பின்பு

பால் நிலவும் நானுதடி
மோக விழிப் பார்வையிலே
தேனருவி பாயுதடி - என்
தீவுமனம் சிக்கியதில்
தெப்பமாக ஆடுதடி

72. ரோடெல்லாம் சாக்கடை

ரோடெல்லாம் சாக்கடை தண்ணி நான்
தாண்டி தாண்டி போனேன் சகதிய எண்ணி
சீண்டுவார் இல்லாத குப்பை நாளும்
சேர்ந்தால் வளர்ந்தது ரோட்டுக்கு தொப்பை
குட்டிகளோடங்கு பன்னி நாளும்
குடும்பம் நடத்துது பல பேரை எண்ணி
சட்டுன்னு போயிட்டு எழணும் இல்லை
முட்டித் தள்ளிப் போடும் குப்புற விழனும்

கிரிக்கெட்டு ஆடுது கொசுக்கள் நல்லா
பேட்டிங்கும் போட்டிங்கும் ஆடுது கைகள்
கடிதாங்க முடியாத் ஆட்டம் - அங்கே
தாத்தாவும் எடுக்குறார் வசமான ஓட்டம்
நிர்வாணமாய் நிற்கும் கம்பம் அழகாய்
மந்திரி வரும்போது மினுக்கற கும்பம்
அப்போ அலங்கார கோவணம் ரோட்டுக்கு அதுவும்
தேர்தல் வந்த ஓட்டு சீட்டுக்கு

ரேசன் கடைக்காரன் வில்லன் அவன்
தோலிருக்க சுளை முழுங்கும் கள்ளன்
சீமெண்னெய் அரிசி தேவாமிர்தம் - நெரிசலில்
சிக்கினால் ஆகிடுவோம் பஞ்சாமிர்தம்

ஆனைய தடவுன குருடனா முழிக்கறோம்
பூனைய பாத்தாலும் புலியா நினைக்கறோம்
மானம் மரியாதை கடனுக்குப் போச்சு
இருக்கும் இடுப்புத்துணிய இறுக்கிப் புடிச்சுககோ

73. கட்டுமரம் கட்டிகிட்டு

கட்டுமரம் கட்டிகிட்டு
கட்டுடலில் வலை சுமந்து
கருக்கலில் பயணம் போவோம் அலையிலே
கடலரசி அருள் புரிவாள் வலையிலே

மலைபோல் அலை வரும்
ஊதக்காத்தும் சூழ்ந்து வரும்
தரைபோல் அலை தூங்கும்
தாலாட்டும் சீராட்டும்
காவலுக்கு துடுப்பிருக்கும் கையிலே
காத்திருப்பா பாத்து பெண் கரையிலே
அலைகள் ஓய்ந்திருக்கும்
ஆழ்கடலில் வலை விரிச்சு

கடலன்னை அருளை
வேண்டி காத்திருப்போம்
அற்புதங்கள் துள்ளும் மீன் வலையிலே இன்னும்
வெற்றுடம்பாய் திரும்பும் சில வேளையிலே

நீரோடு தள்ளாடி
நித்தம் நித்தம் போராடி
கரையேறும் நாள் நமக்கு
வருவதும் எப்போது
விரியும் வலையாக பிண்ணிகிட்டா
வாழ்வு நமக்கு அப்போது.

74. புருசன நம்பி வந்து

புருசன நம்பி வந்து -நான்
புதைகுழியில் விழுந்துட்டனே
தாலிஒன்னு கட்டி வந்து என்
சந்தோஷத்த இழந்துட்டனே -அந்த

ஆஸ்கார் நடிப்ப நம்பி நான்
அப்படியே கவுந்துட்டனே
பேச்சு ஊத்துக்குளி நெய்யி நெய்யி-அந்த
உடம்பு முழுக்கவே பொய்யி பொய்யி

ஒரு மொழ பூவுக்கும் கதியும் இல்ல - வாங்கி
வச்சு விட்டதா நினைவும் இல்ல
அல்வாகேட்டு நான் அலைஞ்சதில்ல
அந்தகொடுப்பனையும் எனக்கு இல்ல
வீட்டுக்கு நேரத்தோடு வந்ததும் இல்ல-அத
கேட்டா மொறப்புதான் பதிலும் இல்ல
நம்பிவந்து ஆனேன் நான் மோசம் மோசம்
நெஞ்சில கொஞ்சமும் இல்ல பாசம் பாசம்

ஊட்டி கொடைக்கானல் கூட்டி போனதும் இல்ல
குளிருக்கு இதமாநெஞ்சில் சாஞ்சதும்இல்ல
பீச்சு மாலுன்னு சொல்ல கேட்டிருக்கேன்
ஆச்சு ரெண்டு புள்ள இன்னும் பாத்ததுமில்ல
உத்து உத்து ஆசையாதான் பாப்பாரு
கழுத்து நகையைத்தான் அடகு வைக்க கேப்பாரு
கட்டில் மெத்தமீது ரொம்ப காதல் காதல்
மத்தநேரம் எப்பவுமே மோதல் மோதல்

பாத்து பாத்து பக்குவமா சமைச்சு வைப்பேன்
ஊத்திஊத்தி முழுங்குவார் மெச்சமாட்டார்
விதவிதமா செஞ்சுவச்சு அசத்துனாலும்
விழுங்குவார் எனக்கு ஒரு வாய் ஊட்டமாட்டார்
பாசத்தை பாவிமனிசன் நெஞ்சுல கொட்டி

வேசம் போட்டு நிற்பார் வெளிக்காட்ட மாட்டார்
வெட்கம் விட்டு முகத்துக்கு நேர் கேட்டாலுமே
விழுந்தாலும் மீசையில் மண்ஒட்டலை என்பார்

75. இரத்தம் கெட்டுப்போனால்

இரத்தம் கெட்டுப்போனா உடம்பில் நலம் இருக்காது
நித்தம் பூமி மாசுபட்டால் வளமிருக்காது
சுத்தமென்ற சொல்லே இப்பக் குப்பையாச்சு
சுற்றுச்சூழல் சொரணையற்றுக் கெட்டுப்போச்சு

அமிலம் கொட்டுகின்ற ஆலைகளில் கழிவுநீரால்
உமிழ்நீர் அளவுமின்றி ஊருணியும் நஞ்சாச்சு
மார்பறுந்து போனால் மழலைக்கு பாலுமுண்டோ- நதி
நீர்வறண்டு போனால் நிலமும் உய்வதுண்டோ

கரையானும் தீண்டாத காகிதக் குப்பைகளால்
மண்ணும் மலடாச்சே வானிதயம் பழுதாச்சே
நாவறண்டு கால்நடையும் நதிநீரைப்பார்க்குதைய்யோ
நதியின் பெருமைகெட்டு நாதியற்றுப் போகுதய்யோ?
பஞ்சபூதங்களும் பாழ்பட்டுப் போனபின்னே
இந்தப் பூமிதனில் உயிர்வாழ நீதியுண்டோ
ஈரம் கசிந்தபூமி ஈயமாய் காயக்கண்டேன்
இதயம் வறண்டு போயி சுயநலம் பாயக்கண்டேன்
நூற்றாண்டு மரங்களும் நொடியில் சாயக்கண்டேன்
காற்று வெளிமுகத்தில் எங்கும் கரும்புகை பாயக்கண்டேன்
வான்வெளிக் கூரையும் நைந்து கந்தலாகக் கண்டேன்
பூமிமுட்டை உடையும் முன்னே வாழ்வதற்கு வகைசெய்வோம்

76. நாகரிகத்தின் தொட்டில்

நாகரிகத்தின் தொட்டில்கள் ஆன
நதிகள் இன்று எங்கே
நான்கு திசைகளில் பால் சுரந்த
நதிகளின் மடிகள் எங்கே? எங்கே? எங்கே?

ஜீவ உயிர்கள் உலவும் கோபுரத்தின்
வடக்கயிறுகள் அறுந்ததும் ஏனோ
இயற்கையின் முகத்தில், பொழிவைச் சிதைக்க
நதிகள் வறண்டு போனதும் ஏனோ
வயல்வெளிகளில் வர்ணஜாலமிடும்
நதி சலங்கைஒலி நின்றதும் ஏனோ
முத்துமணித்துளிகள் சொட்டசொட்ட வரும்
சித்திர மோகனம் சிதைத்ததும் ஏனோ

மலை முகடுகளில் திரிந்த மிருகங்கள்
மடுவிலும் தாகமாய் அலைகிறதே
மகரந்தம் சிந்தும் மலர்களும் தளிர்களும்
முளைவிடும் முன்னே கருகிடுதே
காற்று வெளிகளில் ராகசுரம் மீட்டும்
இறகுகள் சிதைந்து உதிர்கிறதே
மண்ணில் இதயத்தில் துளைகள் போட்டிட
ஊற்றுக் கால்களும் அழிகிறதே

இனிஒரு உலகை படைக்க முடியாது
இயற்கையை அழிப்பதை தடுத்திடுவோம்
உயிர்கள் அனைத்தும் மடிந்தபின்பு
சுயநலம் மட்டும் வாழ்ந்திடுமோ
நதியின் மரணத்தை தடுப்போம்
நாம் இருகரைகளாய் இருப்போம்
உயிர்கள் அனைத்தும் ஆதாரமான
ஜீவ ஊற்றுக்கண் தண்ணீர்.

77. முடியுமா முடியாதா

முடியுமா முடியாதாஅந்த
மெகா சீரியலு - ஐயா
விடியுமா விடியாதா எங்க

வேதனையின் குரலு
அழுது அழுது தாய் குலத்தின்
கண்ணீர் ஆறா மாறுதுங்க- மன
அழுத்தம்கூட வருஷ கணக்கா
மருத்துவ பில்லும் ஏறுதுங்க
செத்தாளா பொழச்சாளான்னு
பதறிபோயி ஓடுற - அந்த
சின்னவீடு சீரியல் பாத்து
சந்தேகத்துல வாடுற
கண்ண கண்ண கசக்கிக்கிட்டு
கணவனை வாட்டி வதைக்குற
இன்ப வாழ்வை துன்பமாக்கி
சந்தோஷத்த பொதைக்கிற

நித்தம் குப்பை சீரியல் பாத்து
ரத்தம் சூடு ஏறுது
நல்லமனசும் நொல்லையாக
வில்லத்தனமா மாறுது
நவரசத்தையும் வார்த்தையில் கொட்டி
மனக்கசப்பை ஊட்டுது
நானாநீயா போட்டி போட்டு
வீனா வம்பக்கூட்டுது

சந்தோஷமா சிரிச்சமுகத்தில்
அழகு கூடும் ஏரள
ஒண்ணா வீட்டில் வசிச்சாலுமே
ஊமை கணக்கு மாறல
வந்த சொந்தபந்தம் எல்லாம்
வாசலோடு நிக்குது-அட
சொந்தவீடும் பந்தமின்றி
சிறைச்சாலையாய் வைக்குது

78. கதகளியா குச்சுப்புடியா

கதகளியா குச்சுப்புடியா
பரதத்திலே புதுவகையா
எந்தவித நடனமாடுது மரங்கள்காட்டில்
யார் சொல்லிக் கொடுத்தார் அந்தக்கலைகள்
திருவையாறில் கத்துக்கல
அரங்கேறச் சிதம்பரம் போகவில்லை
கலைமாமணிபட்டம் எதுவும் வாங்கல- எந்தக்
பட்டம் பதவியும் தேவைஇல்லை
கட்சிக்கொடிக்கும் மயங்கல
தலைக்கனமும் வந்ததில்லை.

குருதட்சணை ஏதுமில்லை
எந்தக்குளறுபடியும் அங்கில்லை
காடுமலை வனங்களையும் ஆடவைக்குது
தலையாட்டி தம்புராவைமீட்டி ரசிக்குது
அபிநயங்கள் பிடிக்குது
நர்த்தனங்கள் பலபடிக்குது

முத்துமாரி பொழிந்திட
மேகமுகத்தில் இச்சுத்தருது
தலையில் பூவைச் சூடிக்கொண்டு ஆடுது பச்சை
தாவணிப்போட்டு கனியைமூடுது
குளுமைதந்து அணைக்குது
மடியில் இடம் கொடுக்குது

79. அம்மாவைப் பாத்தா

அம்மாவைப் பாத்தா மம்சஸ்சுங்கறான்
அப்பாவைப் பாத்தா அப்சுங்கறான்
நண்பனைப் பாத்தா மாப்சுங்கறான்

பொண்ணைக் கண்டா லுக்சுங்கறான்
தமிழ் மொழியை தங்குலீசா மாத்துறானே - என்
காதிரண்டில் ஈயத்தக் காச்சி ஊத்துறானே

பல்லும் சுளிக்கி வாயும் புளிக்க
பிள்ளைக்கு பேரு வைக்கிறான்
காது மூக்கு கடுக்கணை வித்து
கான்வெண்டில் போய் நிக்கிறான்
கசாப்புக் கடை ஆட்டைப் போல
டையக்கட்டி ஓட்டுறான்
பூடமாக முகவுரையாக
முதுகுல மூட்டையக் கட்டுறான்

ரையின் ரையின் கோ கோ என்னு
மழைய விரட்டியடிக்கிறான்
இங்கிலிஷ் படத்தைப் பாத்து
கொலையும் கொள்ளை நடத்துறான்
கற்பழிப்பும் ஈவ்டீசிங்கும்
கல்விச் சாலையில் நடக்குது - அட
கத்துக் கொடுக்குறக் கல்வி சரியில்லை
வாழ்க்கைய கொன்னு புதைக்குது

செல்போனை காதுல தைச்சு
ஜொல்லு விட்டு அலையுதுங்க
டேட்டிங்கு அவுட்டிங்கு என்று
சீரழிஞ்சி கிடக்குதுங்க
கூட்டு வாழ்வை கூறுப்போட்டு
கோர்ட்டு வாசலில் நிக்கிறாங்க-இந்த
அன்னியக் கொள்கையையும் ஆங்கில மோகமும்
நம்மல நாராக் கிழிக்குதுங்க

80. விதை இல்லா கனிகளுக்கு

விதை இல்லா கனிகளுக்கு
இன விருத்தி இல்லை-அதை
விரும்பித் தின்னும் பேர்களுக்கு
சந்ததியில் தொல்லை

முட்டையிடாக் கறிக் கோழி
மலடென்று காண் அதன்ன
வெட்டிக் தின்னும் பேர்களுக்கு
முடமாகுது ஊன்
உணவெ மருந்தாய் கொண்ட
தானியங்கள் போச்சு-இப்ப
மருந்தே உணவாய் ஆக
வாழ்நாள் ஆச்சு

மரபணுவில் மாற்றம் காண
குளறுபடி வருது-அதை
மனித குலம் விரும்பி உண்ண
மனசிதைவு கூடுது
இயற்கை விதி மிறல்
இராத்தூக்கம் போச்சு
வறட்டு வாழ்க்கை ஜம்பம்
புழுங்கும் வீச்சு

இதமான இளநீர் போச்சு
இரைப்பை எரிய பெப்சி வந்தாச்சு
பழைய நீராகாரம் போய்
தேனீர் காப்பியும் ஆச்சு
பால்குடி மறந்து போச்சு
பாக்கட் பால் பிள்ளைக்காச்சு
பழமையின் சிறப்பைத் தள்ள
சொகுசு கூட நோய் வந்தாச்சு

கோபுர கலசங் கண்ட
பாரம்பரிய விதைகளை மீட்போம்
பஞ்ச பூத அழகு கெடாமல்
நஞ்சு இல்லா உலகை காப்போம்
தாய் மண் மான உணர்வு
ஊனப்படாமல் ஒருங்கிணைப்போம்
இயரற்கையை அரவனைப்போம் - இன்றேல்
இயற்கை நம்மை அழித்திடும்

81. பைய சுத்தமா வையி

பைய சுத்தமா வையி
இரைப் பைய
நுரைப் பைய
குதப் பைய
சுத்தமா வையி
வையத்தில் வாழ் வாங்கு
நோயின்றி வாழ மெய்யி
பைய சுத்தமா வையி

கைகால் மூட்டு வலி நோவு-மேனியில்
கூடுதே சர்க்கரைப் பாவு
கண்ணெரிச்சல் காதெரிச்சல்
வயித்தெரிச்சல் புகைச்சல்
வாராமல் காத்திடவே
பைய சுத்தமா வையி

கவனத்தை உணவின் மேல் சிந்து-நீ
கால் மடிச்சு வந்து தரை மீது குந்து
உண்ணும் போது நீர் அருந்தக் கூடாது-அது
உள் நடக்கும் ஜிரண சக்திக்கு ஆகாது
முன்னும் பின்னுமாக நீரை அருந்து நீ
முன்னும் பின்னுமாக நீரை அருந்து

மனமே மகிழ்ச்சிக்கு ஆதார எல்லை
மறதியை போல் ஒரு மா மருந்தில்லை
வாழும் நொடிப் பொழுதை உனதென்று ஆக்கு
வருவதும் போவதும் காலத்தின் போக்கு
பஞ்ச பூதங்களின் லீலையென்று
கவலையை நீக்கு

82. சீறி வரும் காளை

சீறி வரும் காளைகளை நேர் நின்னு அடக்குது
செந்தமிழர் விளையாட்டு-தமிழர்
மானமும் வீரமும் மங்காத காதலையும்
வளர்த்தெடுக்கும் மஞ்சு விரட்டு

பாராண்ட பரம்பரை பகையை பந்தாடிட
பாஞ்சு வரும் காளை புடிச்சோம்- எங்கள்
நேருக்கு நேர் நின்று நெஞ்சில் விழுப்புண் கண்டு
நெத்தியடியா அடிச்சோம்
வேலோடும் வாளோடும் வீரர் களம் புகுந்து
வெற்றி திலகமிட்டோம் எங்கள்
வாழ்வுக்கு வலுச் சேர்க்கும் வரலாற்று நிகழ்வை
வணங்கிக் கொண்டாடுகிறோம்

மண்ணின் மரபோடு மறத் தமிழன் வீரம்
மங்காத கலை வளர்ப்போம்
மாற்றான் கயமையுடன் கால் வைக்கும் முன்னே
மாய்த்துக் கதை முடிப்போம்
திக்கு திசையதிர செம்புழுதி தூள்கிளப்ப
திமிரி வரும் காளை பிடிப்போம் - எங்கள்
பாட்டன் பூட்டான் களமாட கற்றுத் தந்த
கலைகளை காக்க மடிவோம்

நாத்து நடுதல் போல போத்து எடுத்தல் போல
பண்பாட்டை பதியமிடும் வேலை - எங்கள்

வீட்டு முற்றத்தில் குடும்ப உறுப்பினராய்
கலந்து வளர்ந்து வரும் காளை
நாட்டியம் பாட்டு கூத்து பரதம் போல
மஞ்சு விரட்டும் ஓர் கலை - இது
நாளை தலைமுறை மானம் இழக்காமல்
வாழ வைக்கும் உயர்நிலை

83. ஏழுபனை கிணத்துலயும்

ஏழுபனை கிணத்துலயும் இறங்கி தூர் எடுத்திருக்கோம்
காடு மலை முச்சூடும் பாதத்தால் அளந்திருக்கோம்
விரல் நுனியில் சுத்துப்பட்டு விவரமெல்லாம் வச்சிருக்கோம்
எங்க ஊர் சாமிய கோவிலுக்குள் கண்ணாரக் கண்டதில்லை

ஏர்புடிச்சி தலைமுறையா ஊர்
செழிக்க உழைச்சிருக்கோம்
வேதனையின் பிள்ளைகளா
செத்து செத்து பொழச்சிருக்கோம்
கனவினை அடை காத்து நெஞ்சுக்
குழியில் விதைச்சிருக்கோம்
எரிமலை குமுறலையும் நாங்க
எரைக்காமத் தவிர்த்திருக்கோம்

உனக்கிருக்கும் உரிமையெல்லாம்
எனக்கிருக்குதடா
ஒவ்வொரு வினைக்கும் எதிர் வினைதான்
பலன் அளிக்குதடா

சாதிபெயரால் அடிமைப்படுத்தும்
கொடுமை எதிர்க்கிறோம்
மானமுடன் வாழ்வதற்காய்
துணிந்து எழுகிறோம்

கோவில் தெய்வம்டி பொது
என்ற புரிதலோடு
புதிய வாழ்வை உரிமையுடன்
வாழக் கேக்கிறோம்

பலி பீடம் எங்கும் இல்லாத
சன்னதி அமைப்போம்- அங்கு
பாசமலரை வாசமாக்கி
வாழச் செய்வோம்

வடம்பிடித்து தேர் இழுப்பதும்
நிலை நிறுத்தவே
வர்ணபேத தீண்டாமைக்கு
முடிவு கட்டவே
ஆலய பிரவேசம் என்பதும்
தலை நிமிரவே
அத்து மீறல் என்ற நிலையும்
சமத்துவம் பெறவே

உனக்கிருக்கும் உரிமை யெல்லாம்
எனக்கிருக்குதடா
ஒவ்வொரு வினைக்கும் எதிர் வினைதான்
பலன் அளிக்குதடா.

84. நூறு நூறு தலைமுறையா

நூறு நூறு தலைமுறையா கோபாலு நாம
படிக்கப்போனா விரட்டியடிச்சான் அவ்வாலு
மீறி வெகுண்டு படிச்சு வந்தா கோபாலு-அத
கூடாதுன்னு குதிக்குதுபார் பூணுலு

கோணிய தலையில் மாட்டி சாணி மலம் சுமக்க
மாமி வந்து கேட்டாளா கோட்டா-நாம்
பள்ளிபடிப்ப முடிச்சு பெரிய படிப்பு படிக்கபோன
உச்சிக் குடுமி தடுக்க வருது கூட்டா

தகுதி திறமையின்னு வெகுபெரு பேசிகிட்டு
சாரப்பாம்பா சீறி வாரான் பாருங்க-அதில்
தலித்து உரிமையான பங்கை கேட்டா
பச்சோந்தியாய் மாறுவதேன் கூறுங்க

சாதி எங்கே இருக்கதுன்னு சக்காளத்தி சண்டை போல
வாய் கிழியப் பேசுறாங்க வக்கணையா
வீதியில் சாக்கடையில் பொணம் எரிக்கும் சுடுகாட்டில்
இப்பவும் வேலை செய்வது யாருன்னு பாக்க துப்பில்லையா

சாதிக் கட்சி பொளப்பு நடத்தும் சந்தர்ப்ப வாதிகளும்
காதலையும் குழிதோண்டி புதைக்கறான்
மதவாத அரசியலும் சதிகார ஆரியத்தின்
மது அரக்கனை மீண்டும் நுழைக்கப் பாக்கிறான்

85. ஒவ்வொரு நொடியும்

ஒவ்வொரு நொடியும் குற்றங்கள் பெருகுதே
உலக நாடுகள் அச்சமடா
தூக்கு தண்டனை தான் தீர்வு என்றால்
சுடுகாடு தான் மிச்சமடா
மனிதம் எங்கே போகுது அதன்
புனிதம் என்ன ஆனது

மரித்த குட்டியை குரங்கும் கவ்வி
மார்போடு கொஞ்சி அணைக்குது
வெறிப் பிடித்த மனித சாதிக் கூட்டம்
கருணைக் கொலை என்று கதைக்குது
மனிதம் எங்கே போகுது அதன்
புனிதம் என்ன ஆனது

மானுக்கு காட்டில் இருக்கும் பாதுகாப்பு
மனிதனுக்கு நாட்டில் இல்லையா

மதுவைக் கொடுத்து வாழ்வை சிதைத்து
உயிர் பலி கொள்வதேன் சொல்லையா
மனிதம் எங்கே போகுது அதன்
புனிதம் என்ன ஆனது

சிலைகளை செதுக்கி எடுப்பது போலவே
தவறுக்கு தண்டனை இருக்க வேணும்
சிறு சிறு தவறுகள் பெரிதாகும் போது
தீவுச் சிறையில் அடைக்க வேணும்
தூக்கு தண்டணையை அறுத்து- புது
வாழ்வு பெற வேணும் கழுத்து

மரண தண்டணையை ஒழித்த நாடுகள்
இந்த மண்ணில் தான் இருக்குதையா
மனித உரிமைகள் எங்கு மீறினாலும்
இதயம் கனன்று வலிக்குதைய்யா
தூக்குத் தண்டணையை நிறுத்து- இது
உலக நாடுகளின் கருத்து.

86. களப் போராளி

களப்போராளி தந்தை பெரியார்
கருந்தியல் அறிஞர் தந்தை பெரியார்
வெண்தாடி வேந்தர் தந்தை பெரியார்
விடியலின் முழக்கமே தந்தை பெரியார்

நிகர் யார் அவருக்கு நிகர் யார்
பெரியார் ஒருவரே பெரியார்

சாதிமத இழிவுக்கு சவுக்கடி கொடுத்தவர்
தன்மான உணர்வூட்ட செவிப்பறை அடித்தவர்
பாப்பானே சாமி என்ற முகத்திரை கிழித்தவர்
பகுத்தறிவு ஆசானாய் கைத் தடியை எடுத்தவர்

நிகர் யார் அவருக்கு நிகர் யார்
பெரியார் ஒருவரே பெரியார்
தன் கொள்கைக்கு உதவாத பதவியை வெறுத்தவர்
வேதங்களாம் ஆரிய குரல் வளை நெறித்தவர்
அடிமைச் சுரண்டலே மதமென்று உரைத்தவர்
ஆண்டவன் கடவுள் சதி என்று கொதித்தவர்

நிகர் யார் அவருக்கு நிகர் யார்
பெரியார் ஒருவரே பெரியார்
பார்பனீயம் மிரண்டிட பாசறை அமைத்தவர்
பாய்ந்து படை திரட்டி பகுத்தறிவை விதைத்தவர்
சுயமரியாதை கொள்ள பிடரி சிலிர்த்தவர்
பெரியார் மறைந்த பின்னும் பீரங்கியாய் வெடிப்பவர்

நிகர் யார் அவருக்கு நிகர் யார்
பெரியார் ஒருவரே பெரியார்

87. தாலி ஒன்னு கட்டுனா

தாலி ஒன்னு கட்டுனாப் போதுமா-அதுக்கு
தகுந்தபடி நீ நடக்க வேணாமா
பெண்டாட்டி என்ன உனக்கு கிள்ளுக் கீரையா
பெத்துக் கொடுக்கிற எந்திரமா சொல்லையா சொல்லையா

ஆம்பளைக்கு என்ன ஆனைக்
கொம்பா இருக்கு
அதிகாரம் பண்ணிச் செய்யற
வம்பு வழக்கு
கரடியா கத்த நல்லாத்
தெரியுது உனக்கு
பொறுப்பு சரிசமமாக
இருக்கனும் இரு பேருக்கு

ஆம்பள வேலை பொம்பள வேலை
பேதம் பிரிச்சு வைக்கிற
அடுப்படியில இடுப்பொடிய சமைக்க
தூணா நிக்கிற
மனசாட்சிய தூரவச்சு
திங்க வந்து குந்துர
நல்லா இருக்கன்னு சொல்லாம - எனக்
கில்லாமத்தான் விழுங்குற

வீட்டு வேலை விரட்டி பாத்து
அரக்க பறக்க ஓடனும்
மூட்டுவலி இருந்தாலும் ஓடிப்
பஸ்சப் புடிக்கனும்
பொழுது சாஞ்சு புழுங்கி வந்து
புள்ளைக்கும் சொல்லிக் கொடுக்கனும்
புருசன் ரசிக்க கண்ணுக்கழகா
புடிச்ச படியும் நடக்கணும்

நெல்லிக்காய் மனசுக்குள்ள
புருசன் இனிக்க வேணும்
வேர்வையிலும் ரத்தத்திலும்
ஒன்றி கலக்கணும் நாளும்
இன்பத்துக்கு மட்டும் பொம்பளையா
வேலையின்னா விலகி நிற்பவன் ஆம்பளையா
விலகிப் போகாதேடா தருசா என்னையும்
மனுசியா மதிக்க வேணும் புருசா

88. நம்மாழ்வார் சாகவில்லை

நம்மாழ்வார் சாகவில்லை
நம்மை விட்டுப் போகவில்லை-அவர்

மூட்டிய தீ அணையவில்லை
வானகப் படை ஓய்வதில்லை
இயற்கை முகத்தை சிதைப்பவன்
எமன் என்றாலும் விடுவதில்லை-அவர்
ஏற்றுக் கொண்ட பணியிலே
எள்ளளவும் சோர்ந்ததில்லை
கொலைகாரக் கூடங்குளத்தை
அணுவளவும் ஏற்ற தில்லை
கொள்கையில் தடுமாற்றமில்லை
குளறுபடி ஏதுமில்லை

சுனாமி தின்ற உவர் நிலத்தை
விளை நிலமாய் மாற்றித் தந்தார்
வேப்ப மரத்துக்கும் காப்புரிமை
வெளிநாடு சென்றும் வாங்கி வந்தார்
சம்சாரியிடம் கற்று வந்ததை
சம்சாரிக்கே திருப்பித் தந்தார் - தன்
சாதனை ஏதுமில்லை என்று
தன்னடக்கமாய் உயர்ந்து நின்றார்

அவர் விதைத்த விதை அத்தனையும்
முளைக்கும் என்பதில் ஐயமில்லை-அவர்
புதைத்த இடம் மண்வாசம்
பூக்கும் மலர் வாசமுல்லை-தன்
மரணத்தையும் அர்த்தமுள்ளதாய்
மாற்றியமைத்த மாமேதை- அவர்
கனவு கண்ட சோலை வனத்தில்
கூவுவதே நம்வேலை.

89. சந்தன மாலையிலே

சந்தன மாலையிலே மச்சான்
சொந்தம் கொண்டாடுறியே
கந்து வட்டிக் காரன் போல- நீயும்

தொந்தரவு செய்யுறியே
பண்ணைக் கீரையடி நீ
புன்னை நிழலடியொ
விண்ணெரிச்ச வெயில் தாளாம
நிலா கண்ணுபட நிக்கறேண்டி

தும்பப் பூ பேச்சுல தான் என்னை
சொக்க வைப்ப ஆசை மச்சான் கம்மங்
கஞ்சி காச்சப் போக வேணும் வேலை
கலைப்பும் கொஞ்சம் தீர வேணும்

பங்கு காணிக்குத் தான் கண்ணே
பாத்தி கட்டப் போக வேணும்
செங்கரும்பு மேனிக்காரி என்னை
சொணையா தைக்கிறியே சொந்தக்காரி

மையிருட்டு நேரமாச்சு - காணி
மலையேறும் தூராமாச்சு
கை மணக்க சாரு செஞ்சு தாரென்
பொய் கோபம் வேணாம் மச்சான்

சித்திரக் கள்ளியடி கைக்கு
சிலம்பா சுழலும் மூங்கிக்கொடி
ஒப்புக்கு சொன்னேனடி சோறு
உண்ணுட்டுத்தான் போவேனடி.

90. குயிலுக்கு சொந்தக்காரி

குயிலுக்கு சொந்தக்காரி யாரு - நானு
அதன் குரலுக்கு சொந்தக்காரி யாரு - நானு
மயிலுக்கு சொந்தக்காரி யாரு - நானு - அதன்
ஒயிலுக்கு சொந்தக்காரி யாரு - நானு

குயிலும் நீதானே - அதன்
குரலும் நீதானே
மயிலும் நீ தானே - அதன்
ஒயிலும் நீ தானே

கல்விக்கு சொந்தக்காரி யாரு- நானு அதை
கற்றுக்கொள்ளும் கெட்டிக்காரி யாரு- நானு
அறிஞனாய் ஆகப் போவது யாரு -நானு நல்ல
மனிதனாய் உலவப் போவதும் யாரு -நானு

தவறுகளை தட்டிக் கேப்பது யாரு- நானு
சான்றோனாய் ஆகப் போவதும் யாரு- நானு
உழைப்பாலே உயரப் போவது யாரு- நானு
ஒற்றுமையாய் வாழப் போவதும் யாரு- நானு

உண்மையும் நாம் தானே
நன்மையும் நாம் தானே
தன்னலம் கருதாமல் என்றும்
சாதனை புரிவேனே

91. லபக்கு லபக்கு

லபக்கு லபக்கு
லபக்கு லபக்கு
லபக்கு லபக்குன்னு சாப்பிடுவதை
எல்லோரும் விடுங்க-ரொம்ப
நல்லா மென்னு சாப்பிட்டா உடல்
ஆரோக்கியம் தருமுங்க
லபக்கு லபக்கு

பசிக்கும் போது சாப்பிடனும் எதையும்
ருசிச்சு ருசிச்சு சாப்பிடனும்

தேவைக்கு அதிகமா தின்னா உடம்பு
டின்னு போல பெருத்திடும்
லபக்கு லபக்கு

காய்கறி பழங்கள் சாப்பிடனும் நாளும்
கீரைய உடம்புல சேத்துக்கனும்
பீசா பர்கர் பெப்சி மிராண்டா
நோயாளியா மாத்திவிடும்
லபக்கு லபக்கு

உழைப்பில் கிடைத்த பொருட்களை
சிந்தி விரயம் பண்ணாதே
ஒவ்வொரு பொருளும் முக்கியம் -அதில்
உழைப்பு இருப்பதை மதிக்கணும்
லபக்கு லபக்கு

நல்ல நல்ல விசயங்கள் நாட்டில்
நாளும் நடக்குது கத்துக்கணும்
உள்ளத்தில் நல்லதை எவர் சொன்னாலும்
உண்மை இருந்தா ஒத்துக்கணும்
லபக்கு லபக்கு

92. கருவில் உதைக்கும் போதே

கருவில் உதைக்கும் போதே
கடனைச் சுமக்குது - உயிர்
கம்பி இல்லா சிறையிலே
வாழ்க்கை நடக்குது

வறுமை நெருப்பு நாளும்
விதையை விதைக்குது - ஊன்
உயிரை வளர்க்க அதை

வியர்வை அறுக்குது
பொய்யும் களவில் தேசம்
புதையல் எடுக்குது - பெரு
பூதங்கள் வந்ததற்கு
காவல் இருக்குது

இளமை விரகத் தீயில்
யாகம் வளர்க்குது
மோகம் பணத்தின் மீது
வேள்வி நடக்குது

சாதிக் கரையான்கள்
ஊரை அரிக்குது
தேரை வளர்ச்சியென
தேசம் இருக்குது

நூலைப் படித்துப்பல
பட்டம் பறக்குது - அடி
வானைப் பிடிப்பதற்கு
திட்டம் வகுக்குது

கானல் நதிகளென
வாழ்க்கை இருக்குது
காலம் சிவக்க இன்று
கருவை சுமக்குது - புது

உலகை காண என்
உள்ளம் துடிக்குது
விடியும் என்று பூமி
வட்டம் அடிக்குது

93. திருடுவது சத்தியமா குத்தமில்லை

திருடுவது சத்தியமா குத்தமில்லை
திருடிப் போவதும் தப்பே இல்லை
திருடியத திருப்பிக் கொடுக்காதே-காதலில்
திருந்தி வாழ மட்டும் நினைக்காதே

ஆணும் திருடலாம் பெண்ணும் திருடலாம்
அன்னை தந்தை கண்ணில் மண்ணை தூவலாம்
அண்ணன் தம்பி தங்கை உதவியை நாடலாம்
அவர்கள் திருடும்போது அனைவரும் உதவலாம்

பரம்பரையாகவே தொடருது திருட்டு - நம்ம
பாட்டி தாத்தா திருட்டுக்கும் நடக்குது வழக்கு
பெத்தவங்க திருடிய திருட்டும் இருக்குது - சிலர்
திருடிய திருட்டிலும் தில்லு முல்லு நடக்குது

குருடனும் திருடலாம் முடவனும் திருடலாம்
பருவ வயது வந்த அனைவரும் திருடலாம்
நண்பனும் திருடனாய் மாறிப் போகலாம்
நன்றி மறந்தவனாய் காதலில் ஆகலாம்

வீதி விட்டு ஊரு விட்டு நாடு விட்டு திருடலாம்
சாதி விட்டு மதம் விட்டு காதலர்கள் திருடலாம்
இருப்பவன் வீட்டில் இல்லாதவன் திருடலாம்
இல்லாதவன் வீட்டில் இருப்பவன் திருடலாம்

எல்லோரும் திருடுனா திருட்டுதாங்க இதில்
எவரும் உத்தமனா இல்லீங்க
கண்ணு காது மூக்கு வச்சு பேசுவாங்க
கண்டுக்காம உங்க திருட்ட நடத்துங்க

94. இன்பத்திலும் துன்பத்திலும்

இன்பத்திலும் துன்பத்திலும் பங்களிப்பவள்
எனக்காக பிறந்து வந்த அன்பளிப்பவள்
கண்களாலே பேசுகின்ற கவிதையவள்-என்
காதலென்னும் அமுத ஊற்று புதையலவள்
என்னை முழுதாய் இயக்கும் இணையதளமவள்
என்றும் நான் படித்து மகிழும் புத்தகமவள்
பசியறிந்து உணவளிக்கும் காம தேனவள்
கண்களுக்கும காட்சி தரும் அகல் விளக்கவள்

கணவனாக்கி பெருமை சேர்த்த திருமகள் அவள்
என்னை கருவறையில் சுமந்த தாய்க்கு மருமகளவள்
பூவில் பூத்துப் பூவை பெற்ற பூமகள் அவள் இந்த
புவி வாழ இயங்கும் படைப்புத் தாயவள்

காலங்கள் முகம் பார்க்கும் கண்ணாடி இவள்
காவியங்கள் ஓவியங்களின் முன்னோடி
ஆக்குவதும் அழிப்பதும் இவள் கலையடி-அந்த
ஆண்டவனையும் வியக்க வைக்கும் அருளடி

நான் பெற்ற பெருமைபேரு இவள் எனக்கு மனைவி
என் நினைவை இறவாமல் என்றும் சுமக்கும் துணைவி
உலகில் உயர்ந்த அற்புதங்களின் அற்புதம் என்
இதயம் துடிக்கும் துடிப்பு என்றும் அவளிடம்

95. ஆடுங்கடி பெண்கள்

ஆடுங்கடி பெண்கள் பாடுங்கடி
ஆனந்தமாய் பள்ளி வாசலிலே
வெள்ளி சிலம் பெடுத் தாடுங்கடி
வெற்றி மாலைகள் சூடிடவே

தன்னை னானினினம்
தன்னை னானினினம்
தன்னை னானினினம் தன்னானே

அச்சம் விடு பெண்ணே அச்சம் விடு
அச்சத்தை துச்சமாய் எடுத்து விடு
வெட்கம் விடு பெண்ணே வெட்கம் விடு
வீரப் பெண்ணாய் உன்னை மாற்றி எழு

அனைத்தும் உன்னால் முடியுமடி-அந்த
ஆவேசம் கண்ணில் தெரியுதடி
முயன்றால் எதுவும் கிட்டுமடி-அந்த
முன்னேற்றம் உந்தன் கையிலடி

பூட்டிய விலங்கை உடைத்திடுடி-உன்
புத்தியை ஆயுதம் ஆக்கிடடி
கூட்டுப் புழுவல்ல நாங்களென்று
வேட்டதிரக் குரல் கூட்டியடி

மூடத்தனங்களை மாற்றிடடி உன்
முடிவை தெளிவாய் நாட்டிடடி
தலை நிமிர்ந்து நீ பேசிடடி-இந்த
தரணியை ஆள வந்திடடி

96. கருப்பட்டி வாழ்க்கை

கருப்பட்டி வாழ்க்கை கசந்து போச்சு
வராட்டியாக் காஞ்சு வரண்டு போச்சு
குறுக் கெலும்பு தேஞ்சு முறிஞ்சு போச்சு
குறுக்கு வழி தேடல் வாழ்க்கையாச்சு

சாரம் வச்சு கட்டிய வீடும்
ஊரை விட்டுப் போச்சு-எங்கும்
காரை வீட்டு கட்டிடம் எழ
குருவிக்கும் கூடு போச்சு

ஆராரோ பாட்டு சத்தம்
காதை விட்டு போச்சு டி.வி
சீரியலைப் பாத்து குடும்பம்
பேச்சை மறந்து போச்சு
இருட்ட விரட்டும் முழிப்பும் போச்சு
கிணத்துநீர் ஏறப்பும் போச்சு
ஆட்டு உரல் சத்தமும் போச்சு
அம்மியில் அரைச்ச அழகும் போச்சு
அரிசி மாவு கோலமும் போச்சு
பெயிண்ட் கோலமா வாசலாச்சு
பச்சை தண்ணி குளியல் போச்சு
பருவ வயதில் வழுக்கை யாச்சு

மண்பானை சமையல் போச்சு
மயக்கும் சுவை மணமும் போச்சு
தானிய வகை உணவும் போச்சு
சத்து நிறைஞ்ச தீனியும் போச்சு
சீரகம் மிளகு திப்பிலி போட்ட
சூரணக் கசாயமும் போச்சு
எருமைக் காய்ச்சல் பன்றிக் காய்ச்சல்
ஏகபட்ட நோய் வரலாச்சு

மனசில் இருந்த நிம்மதி போச்சு
மனுசன் பொளப்பு எந்திரமாச்சு
பொண்டாட்டி புருசன் சந்திக்கவும்
லீவு கேட்டு நிக்கலாச்சு
காசு பைத்தியம் கூடிப்போச்சு
பெத்தபுள்ள முகம் மறந்தே போச்சு
பழமை தொலைஞ்சும் புதுமை நுழைஞ்சும்
பொண்ணுக்கும் விடுதலை கிடைக்கல.

97. கல்லானாலும் கணவன்

கல்லானாலும் கணவன் என்று
கும்பிட்டு வழியாதே-அவள்
புல்லானாலும் புருசன் என்று
புழுவாய் நெளியாதே
புருசன் சொல்லுக்கு மறு சொல் இல்லயென
புத்தியைக் குறைக்காதே
பொறுமை பொறுமை என்று வெறுமையாய் இருந்து
திறமையை மறைக்காதே

அச்சம் மடம் நாணம் என்று தலைமுறை
குப்பையைக் கிளறாதே
சப்பை வாதங்களைப் பிடித்துக் கொண்டு
எப்பவும் உளறாதே

சமையல் வேலை தனக்கே என்று
வாதம் தொடுக்காதே
தலைமுதல் கால்வரை விலங்குகள் பூட்டு
பெருமையை அடுக்காதே

பிள்ளை பெறவும் பணிவிடை செய்யவும்-பெண்
பிறப்பென்று மடியாதே
எல்லைக்குள் சிந்தனை சிறகை முறித்தால்
எப்பவும் விடியாதே

பெண்ணும் ஆணும் சமமென்ற எண்ணத்தை
உன்னில் தொடங்கு
மின்னும் சிந்தனை திமிறி எழுந்திட
நொறுங்கிடுமே விலங்கு.

98. பாலு விலைக்கு

பாலு விலைக்கு இப்ப
பசுமாட்டை வாங்கலாம்
பவரு கட்டுக்கு அந்த
இருண்ட காலம் தேவலாம்
உந்து வண்டி கட்டணம்
ராக்கெட்டையும் மிஞ்சுது
ஓட்டுப் போட்ட சனம் இப்ப
ஊரில் வாழ அஞ்சுது

நண்டு மேஞ்ச வயக்காட்டில்
முள்ளு கம்பி முளைக்குது
கால் முளைச்சு கை முளைச்சு
கட்டிடமா வளருது
விவசாயம் பட்டுப்போயி
மலடா மண்ணும் கிடக்குது
பஞ்சம் பொளைக்க ஊரே
பரதேசம் போகுது

அன்னிய பொருளாதாரம்
அம்மணமா ஆக்குது
அடகு வைக்க ஏதும் இல்லை-சனம்
கிட்டினிய விக்குது
சாலை மேம்பாடு என்று
வீடும் காடும் போச்சு
செத்தா பொதைப்பதற்கு
சுடுகாடும் தேடலாச்சு

எல்.கே.ஜி. படிக்கும் காசில்
ஏரோப்பிளான் வாங்கலாம்
இன்ஜினியர் பெத்த பேரு
எருமை மாடு மேய்க்கலாம்
தண்ணீருக்கு எல்லையிலே

பங்காளிச் சண்டை
சங்க எப்படித்தான் ஊதினாலும்
சொரணை இல்லை அங்க

99. தேசமெங்கும்

தேசமெங்கும் பலநாசச் செயல்களால்
சிதைந்து கிடப்பதேன் காதலி
சிதைந்து கிடப்பதேன் காதலி
சுயநல ஆசை வளர்ந்தால் மோசச் செயல்கள்
அவல நிலைக்கு காதலா
அவல நிலைக்கு காதலா

நாளும் உழைத்தவர் மேனி இளைத்தவர்
வாடிக் கிடப்பதேன் காதலி
வாடிக் கிடப்பதேன் காதலி
நிலத்தின் உடமைகள் பொதுவில் இல்லாததால்
ஏழ்மை ஏழைக்குக் காதலா
ஏழ்மை ஏழைக்குக் காதலா

விளையும் பொருளுக்கு விலை இல்லை என்றாலும்
விலை ஏறி விற்பதேன் காதலி
விலை ஏறி விற்பதேன் காதலி
இடையில் தரகர்கள் உண்டு கொழுப்பதால்
மலை ஏறி நிக்குது காதலா
மலை ஏறி நிக்குது காதலா

காவலிருந்தும் சட்டங்கள் இருந்தும்-நீதி
கண் கலங்குவதேன் காதலி
கண் கலங்குவதேன் காதலி
வேலியே இன்று பயிரை மேய்வதால்
விழுந்து துடிக்குது காதலா
விழுந்து துடிக்குது காதலா

விஞ்ஞானம் பல வித்தைகள் காட்டியும்
விடிவு இல்லையேன் காதலி
விடிவு இல்லையேன் காதலி
அஞ்சாமல் சிலர் தத்துக் கெடுப்பதால்
ஆதிக்கம் பண்ணுது காதலா
ஆதிக்கம் பண்ணுது காதலா
உண்மை தெரிந்தும் உலகம் அறிந்தும் - சிலர்
உறங்கிக் கிடப்பதேன் காதலி
உறங்கிக் கிடப்பதேன் காதலி
நன்மை நடக்கவே நாளைய தொண்டர்கள்
ஓய்வு எடுக்கிறார் காதலா
ஓய்வு எடுக்கிறார் காதலா

100. ஆத்தொரம் ராசா

ஆத்தோரம் ராசா அரசமரம்
உன்னாட்டம் ராணி வேப்பமரம் - அந்த
ஜோடி மரம் கொஞ்சிச் சிரிக்கையிலே
சொக்கிப் போயி காணி உழுது போட்டேன்

ஓலைக் காட்டோரம் ஒரு ஊணாங்கொடி
மச்சான் நெஞ்சாட்டம் அந்த முள்ளுவேலி
அது பின்னிக் கிடக்கும் நிலைய எண்ணி
சோளக் கருது காடு நான் அறுத்தும் போட்டேன்

தென்னை மர உச்சியிலே - கொஞ்சி
சிட்டுத் தந்த முத்தங்கண்டு - அடி
உன்னை எண்ணி மின்னும் கண்ணம் எண்ணி
விறகு ஒரு குட்டு உடைச்சுப் போட்டான்

வண்டு ஒன்னு மலர் செண்டு மேல
தேன் குடிக்க பூ மணக்க
நெஞ்ச அள்ளி அந்த நெனவ எண்ணி
உனை நெனஞ்சு மொடா தினை இடிச்சேன்

வானத்தில மேகம் சூழ்ந்திருக்க
மின்னல் அதில் வகிடெடுக்க-கெண்டை
கால் மறைக்கும் கூந்தல் கண்டு
ஆனை மறையும் வைக்கப் போரடிச்சேன்
மலையும் குளிக்க வைக்கும் மஞ்ச வெய்யில்
மனம்போல் விளையும் தங்க வயல்
வானத்திலே வெள்ளி வேர்த்திருக்கு- இந்த
வெடலப்புள்ள முந்தானைக்கும் குளிரடிக்குது

101. பாம்பாய் சீறி

பாம்பாய் சீறி மூச்சு விடுது
தெருகுழாய் பைப்பு-அத
பாத்து அரண்டு மிரண்டு நிக்கிறா
என்னோட ஒய்ப்பு

குளத்தில் நிக்கும் தாமரையா
குடத்துடனே ஊர்ந்து போறா
கொக்கு மீனை கவ்வுதல் போல்
தவமா தவம் இருந்து வாரா

கார்பரேசன் தண்ணி வண்டி
துச்சாதனா வந்து நிக்கும்
பானை சட்டி சேனை மோதி
வார்த்தைகளால் துகிலுரியும்
கார் குழலை வரிஞ்சு கட்டி
போர்க்களமா வீதி நிக்கும்
பாரதப் பெருமை சிந்தி
பாதையெங்கும் வழிஞ்சோடும்

சத்துணவாய் சாக்கடை நீர்
குழாயில் நோய்க் கூட்டி வரும்

வாந்தி பேதியும் போனசாக
வாசனையும் தந்து வரும்
கால் பரீட்சைக்கு வந்த தண்ணீர்
அரை பரீட்சைக்கு மீண்டும் வரும்
கணக்கு வச்சு முறையும் வச்சு
குழா தண்ணியும் சிந்தும்
காலி குடம் அணிவகுப்பு
ரோடு மறியல் கடையடைப்பு
கவர்மெண்டு கவனமெல்லாம்
டாஸ்மாக்கில் தாகம் தணிப்பு
குடுவை தண்ணிய வாங்கி குடிக்க
குடும்பங்களும் படையெடுப்பு
காசுக் கணக்க நினைச்சுப் பாத்து
குடிக்கிறாங்க ஆளுக்கொரு மொடக்கு.

102. மானுட சக்தி

மானுட சக்தி நம் மட புத்தி
ரண்டும் சேர்ந்தது எந்திர சக்தி
எந்திரம் வந்தா வேலை இலகுவாக ஆகும்
என்று நெனச்சு கண்டு புடிச்சொம்

எந்திரத்தால் நல்ல பயனுமிக்க
எந்திரமே இப்ப எதிரியாஆச்சு
இருந்த வெலையும இல்லாம போச்சு-இது
மெய்யா இருந்தா மனசுல வையி
பொய்யா இருந்தா உடைச்சுக் கேளு
டின்டிகி டின்டி டின்டிகிடி

சுவத்துக்கு அழகா சித்திரம் வரைஞ்சோம்
சித்திரம் வந்ததும் சுவரே போச்சு
என்ற கணக்குல கம்பியூட்டர் திணிப்பு

உழைப்பது எல்லாம் சுரண்டலில் போச்சு
உற்பத்தி எல்லாம் முதலாளீக் காக்சு
ஆட்கள் குறைப்பு உற்பத்தி உயர்வு
சம்பளக் குறைப்பு சங்கடமாச்சு
டின்டிகி டின்டி டின்டிகிடி

வீட்டில சண்டை வெளியில நடப்பு
பதுக்கல் கடத்தல் பல வழி தொல்லை
இப்ப உண்ணா விரதம் தர்ணா என்று
கொடுமையை எதிர்த்து போராட்டம் நடக்குது
தேர்தல் வந்தா தெரு விளக்கு எரியும்
திருவுனா குழாயில் தண்ணீர் கொட்டும்
சர்க்கார் சாலை போட்டுக் கொடுக்கும்
லாரிகள் போனா பள்ளமா கிடக்கும்
டின்டிகி டின்டி டின்டிகிடி டின்டி

ஒரு பக்கம் பாத்தா வெள்ளத்தில் போச்சு
மறு பக்கம் பாத்தா வறட்சியே ஆச்சு
காவேரி தண்ணீயும் கடனாப் போச்சு
கங்கை காவேரியும் காகிதத்தில் ஆச்சு
விளைச்சலில் பாதி சோடையா போச்சு
மிச்சம் இருப்பதும் கடனுக்கு ஆச்சு
டின்டிகி டின்டி டின்டிகிடி டின்டி-ஹா
டின்டிகி டின்டி டின்டிகிடி டின்டி
இப்ப நடுத்தர குடும்பம்
பொளக்கிற பொளப்பு
விக்குற சோறு ஏங்குறதாச்சு
அம்மா உடுத்திய பழைய பொடவ
அக்கா தங்கச்சி தாவணியாச்சி
அப்பாவோட பழைய பேண்டே
அண்ணன் தம்பி டவுசருமாச்சி
டின்டிகி டின்டி டின்டிகிடி டின்டி

படிக்கிற பையன் நடக்கற பிஞ்சு
டவுசரப் பாத்தா போஸ்டாப்பீக
ஐயாவுக் கொறநஞ்ச சம்பலம்
ஆனாலும் தான் புள்ளைக்கு கொரவில்லை
மருத்துவக் செலவுக்கு
நூறும் போச்சு
வாடகையோடு சம்பலமாச்சு
கடன்காரன் வந்தா மூச்சு பேச்சு
எல்லாம் போயி ஆட்டங் கண்டாச்சு

இப்ப ஜக்கம்மா தேவி வீட்டில்
காத்துகிட்டு இருக்கா
நேரம் ஆனா சண்டைக்கு வருவா
போயிட்டு வாரேன் புரிஞ்சு நடந்துக்கோ
பொல்லாத உலகம் தெரிஞ்சு நடந்துக்கோ
டின்டிகி டின்டி டின்டிகிடி டின்டி
டின்டிகி டின்டி டின்டிகிடி
டின்டிகி டின்டி டின்டிகிடி

103. மிரட்டாதே மிரட்டாதே

மிரட்டாதே மிரட்டாதே
போலீஸ் நண்பா மிரட்டாதே
விரட்டாதே விரட்டாதே-நான்
உண்மைய சொன்னா விரட்டாதே

காவலரு கொஞ்சப் பேரு
காமுகனா இருக்கறாங்க
காவல் நிலையத்தை
கமிசன் கடையா நடத்துறாங்க
கற்பழிப்பு கொலை களவு
காவல் நிலைய மாமுலு

விசாரணை என்று போனா
பிரேதம் தான் ஜாமீனு

தப்பு வழி போறவனுக்கு
தைரியம் வருவது எதனாலே-உங்க
ஒட்டுறவு பின்புலமா
இருக்குதுங்க அதனாலே

சர்ப்பத்து போல விக்கு தண்ணே
கள்ளச் சாராயம்
சந்துக்கு சந்து பொந்துக்கு பொந்து
அவங்க அதிகாரம்
வட்டம் சதுரம் எல்லாமங்கே
கொட்டமடிக்குதுங்க
நீங்களும் தான் சேர்ந்து விழுந்து
நீச்சல் அடிக்கிறிங்க
சட்டம் உங்க சட்டை பைக்குள்ள
சலாம் போடுது - ஒரு
கட்டு மீசையும் பானை வயிறும்
ஆளை மிரட்டுது

வசதி உள்ளவன் வரவைக் கண்டா
வளைஞ்சி நெளிஞ்சி வணங்கும்
குப்பனும் சுப்பனும் கச்சேரி போனா
கறிக் கோழியாக்கியே விழுங்கும்
குரங்கு கையில சிக்கிய அப்பமா
இரண்டு பக்கமும் புடுங்கும்
பொண்டு புள்ளைய எண்ணியே
குலை பதைச்சு மனம் நடுங்கும்

கழுவுற மீனில் நழுவுற மீனு
ஐயா தானுங்க -இந்த

காக்கி சட்டை உடம்பு முழுக்க
பையே தானுங்க
வேலியே இங்கு பயிர மேயுது
விந்தை பாருங்க -இந்த
போலீஸ்காரர் வேசம் ஒரு
லக்கி ப்ரைசுங்க

104. எல்லாமே நீதானடா

எல்லாமே நீ தானடா அனைத்து
இயற்கை வளங்களையும்
காத்த பிதா மகன் மலை
சனம் அன்றி வேறு யாரடா

கூட்டங்கூட்டமாய் வாழ்வதற்கு
கற்றுக் கொடுத்தவனே- மலை
கோபுர உச்சியில் வாழ்பவனே
கல்லுக்குள் நெருப்பை கண்டுபிடித்து
கனலை மூட்டியவனே புது
உணர்வை மீட்டியவனே

காட்டு மரக்கிளையை கருவியாக்கி
வில்லாய் வளைத்தவனே-போரிடும்
வீரத்தை விதைத்தவனே
பாதுகாப்பு அரண்களை அமைத்து
பக்குவம் கற்றவனே பல
வித்தைக்கும் வித்தகனே

காயும் கனியும் தேனும் தினை வகைகள்
தேடிப் பிடித்தவனே கண்டு
தின்னக் கொடுத்தவனே
காற்று பெருமழைக்கும் கலங்கிடாமல்
குகையை குடைந்தவனே அதை
குடிலாய் அமைத்தவனே

காட்டு மிருகத்தையும் வசப்படுத்தி
கைப் பொருளாக்கியவன் அதை
மெய்ப்பித்துக் காட்டியவன்
வாட்டும் பட்டினி பிணியும்தீர
மூலிகை தந்தவனே
அனைத்திலும் மூத்த மருத்துவனே.

105. வரகு சாமை விளைய வச்சு

குதிரு நிறையாக் கொட்டி வச்சு
வக்கணையா ஆக்கித்தின்னோம் கடவுளே- இப்ப
அங்காடி தெருவுல ஆனை விலையில

மாடு கன்னு வளப்பும் போச்சு
மதிப்பா வாழ்ந்த பொழப்பும் போச்சு
நிலமும் போச்சு பயிரும் போச்சு கடவுளே - குடும்ப
நிம்மதியும் தொலைஞ்சு போச்சு பொதுவுல

காசு பணம் கொட்டிக் கொடுத்தும்
மருந்து மாத்திரை வாங்கித் தின்னும்
சீக்காளித்தான் கூடிப் போகுது கடவுளே
விடிவு எப்போ பொறக்குமுன்னு தெரியல

இரவு பகலா முழிக்கறான்
எந்திரமா உழைக்கிறான்
உறவுகளும் மறந்து போச்சு கடவுளே அப்படி
உழைக்கும் காசு எதுக்குன்னு தெரியலெ.

106. ரண்டு காசு கொண்டுகிட்டு

ரண்டு காசு கொண்டுகிட்டு
ராமசாமி கடைக்கு போனான்

துண்டு பீடி மூணு காசு கடவுளே - சனம்
எப்படித்தான் பொழைக்கறதோ தெரியல.

குப்பை கீரை கிள்ளிப் போட்டு
உப்பை கொஞசம் அள்ளிப் போட்டு
சட்டியில சாரு வச்சோம் கடவுளே - இப்ப
ஒத்தக்கட்டு பத்து ரூபா கடையிலே

அரிசி விலை அந்தரத்தில்
உளுந்து விலை உத்திரத்தில் -ஒரு
இட்டிலியும் எட்டு ருபா கடவுளே சனம்
ஆசைப்பட்டு புட்டு திங்க முடியல

கறிச்சாரு ஆக்குனதும்
பழங்கதை ஆகிப்போச்சு
புளிச்சாரும் கிடைக்கல கடவுளே - இப்ப
பொழப்பத்து அலையுறாங்க தெருவுல

107. அந்த வானம் கூட

அந்த வானம் கூட ஊனப்படும் எங்கள்
மனதில் என்றும் ஊனமில்லை- அந்த
நிலவு கூட ஊனப்படும் எங்கள்
நினைவில் என்றும் ஊனமில்லை

ஊனமென்பது உடம்பில் அல்ல
உள்ளத்தில் இருக்கு- சில
உயர்ந்த மனிதன் எண்ணமும் மனமும்
ஊனமாய் கிடக்கு

சாதிப்பிரிவினை பேசுவோரே மன
வளர்ச்சி இன்றி ஊனப்பட்டார்

சண்டையை மூட்டி மண்டை உடைப்போரே
சிந்தை தெளிவின்றி காணப்பட்டார்
பதவிக்கு வந்து ஊழல் செய்பவர்
மக்கள் மனதில் ஊனப்பட்டார்
படிச்சிருந்தும் பதவி இருந்தும்-நல்ல
பண்பு நெறி இன்றி ஊனப்பட்டார்

இல்லற வாழ்வில் இன்பம் சுவைக்க
பொன்னோடு பொருளைக் கேட்டது ஊனம்
இரண்டு கண்களாய் இருக்கும் ஆண்
பெண்ணை இழிவு செய்வது ஊனம்
மதுபோதையில் மயங்கி சிதைந்து
நல்ல வாழ்வை கெடுப்பது ஊனம்
வன்மம் இல்லாமல் புவியில் வாழ
நல்ல வகை செய்யாதவர் ஊனம்

பூக்களில் எதுவும் ஊனமில்லை
பூவென்று சொல்லி அள்ளுகிறோம்
போர்க்களத்தில் இரு காலை இழந்தாலும்
வீரம் என்று தானே சொல்லுகிறோம்
பூமித்தாய் பெற்ற புதல்வர்கள் நாங்கள்
பேதமை காணாத வேடந்தாங்கல்
அக்கினிக் குஞ்சுகள் சோரம் போகோம்
அண்டத்தை புரட்டும் நெம்பு கோலாவோம்.

108. பள்ளியிலே தமிழைக் காணோம்

பள்ளியிலே தமிழைக் காணாம்
பாகுதமிழ் பேச்சைக் காணாம்
கொள்ளை கொள்ளும் அமுத மொழி
கொலுவிருக்கும் அழகைக் காணாம்

எளிதாய் புரிந்து படிக்க
என்தாய் மொழியைக் காணாம்
எங்கிருந்தோ வந்த அந்த
இரவல் மொழிக்கு ஏற்றம் ஏனாம்
அச்சம் கொள்ள வைக்குதடா
அறிவுக்கு தடை போடுதடா
அச்சரங்கள் பயில்வதற்கும்
காலம் விரயம் ஆக்குதடா

அம்மான்னு சொல்லிக் கொடுக்க
அறிவாய்ந்த தாயைக் காணாம்
மழலை மொழி முளைக்கும் முன்னே
மாற்று மொழி கலப்பு ஏனாம்
தாய்ப்பாலும் பிள்ளைக்கில்லை
தாய் மொழிக்கும் உரிமை இல்லை
எங்கோ எவனோ பெத்தமொழிக்கு
நான் ஏன் தத்துப்பிள்ளை

ஆயிரம் மொழிகள் அறிவோம்
ஆய கலைகள் யாவும் பயில்வோம்
அத்தனையும் கற்கும் முன்னே
தாய் மொழியை முதலில் அறிவோம்
மொழிக்கெல்லாம் முதலே - என்
மூச்சுக்கும் மூச்சே - கொண்ட
பழியின் துயர் துடைப்போம்
தாய் மொழியை மீட்டெடுப்போம்.

109. சொக்கநாதா

சொக்கநாதா வந்து
பஸ்சுல ஏறு-சனம்
சொக்கித் தூங்கற
அழகைப் பாரு

ராத்திரி நடக்கும்
பயணக் கூட்டத்திலே
நல்லபடியா நீயும்
ஊர்போய்ச் சேரு

வாயப் பொளந்த படி
வண்ணமகன் தூங்கறாரு
சாஞ்சு தலை கவுந்து
தருமப் பிரபு தூங்குறாரு
குட்டியானை கணக்கா வந்து
குடிமகனார் தூங்குறாரு
தாய் மடியில் முகம் புதைத்து
தங்க மகன் தூங்குறாரு

டிக்கட்ட எடுக்காம
சீமைத் துரை தூங்குறாரு
முக்காட போட்டபடி
அக்காவும் தூங்குறாரு
கட்டவிழ்ந்த காதல் ஜோடி
சிலுமிசம் பண்ணுறாங்க
கலிமுத்திப் போச்சுன்னு சனம்
கசமுசான்னு பேசுறாங்க

கரடிக் குறட்டையாலே
காது ஜவ்வு கிழியுதுங்க
கர்ரு புர்ரு சத்தம் அந்த
டீசல் இஞ்சின மிஞ்சுதுங்க
தொப்பை மட்டும் 90 கிலோ
சிக்குன்னு வந்து குந்துறாரு
விக்குனாப்புள குந்திக்கிட்டு
பொத்துனாப்புல வாரோமுங்க

கால் திருடன் அரைத் திருடன்
கத்திரி போட பாக்குறான்

முக்கா திருடன் முழுத் திருடன்
பக்காவா பிளான் போடுறான்
குண்டும் குழி ரோட்டாலே தலை
பந்து போல உருளுது
கண் காட்சிகளை கண்டுகிட்டு
கண்ணும் மனசும் விரியுது

110. பாப்பா பாப்பா கதை கேளு

பாப்பா பாப்பா கதை கேளு
பாட்டி தாத்தா கதை கேளு
சோக்கா நீயும் இருக்கின்றாய் -உன்
சொக்காய் சொல்லும் கதை கேளு

முன்ன முன்ன காலத்தில
நீயும் நானும் பொறக்கவில்லை
மனிதர்களெல்லாம் காட்டுக்குள்ளே
விலங்கோடு விலங்காய் திரிந்தார்கள்

வீடுவாசல் ஏதுமில்லை- மரக்
கிளையிலும் குகையிலும் வசித்தார்கள்
உடுத்த உடைகள் இல்லாமல்
இலையும் தழையும் அணிந்தார்கள்

நம் அம்மா அடுப்பில் சமைப்பது போல்
அவருக்கு சமைக்க தெரியாது
பச்சைக் காய்கறி கிழங்குடனே
பழமும் தேனும் உண்டார்கள்

பயிர்த்தொழில் செய்யத் தெரியாமல்
விலங்கினை அடித்து தின்றார்கள்
மழையில் குளிரில் வெய்யிலில் காய்ந்து
வீணே வாழ்ந்து கழித்தார்கள்

காற்றும் மழையும் பெருகியதே
மலைக்குகையும் மரமும் சரிந்ததுவே
உறவும் சுற்றும் அழிந்ததுவே
பதறி மக்கள் துடித்தார்கள்

அழிவைத் தடுக்க நினைத்தார்கள்-கருங்
கல்லால் வீடுகள் அமைத்தார்கள்
தேடிப் பயிர்கள் விதைத்தார்கள்
தேவைக்கு உணவை சமைத்தார்கள்

குளிருக்கு ஆடை நெய்தார்கள்
குடும்பம் குடும்பமாய் ஆனார்கள்
வீடுகள் கிராமங்கள் நகரங்களாகி
விந்தையாய் தொழில் பல புரிந்தார்கள் -நம்

தேவையை தருவது விஞ்ஞானம்
பாப்பாய் தெளிவாய் மெய்ஞானம்
நாளைய உலகம் நம் கையில்
கூடி வாழ்வோம் குழ்ந்தைகளே.

111. வானம் பொழியவில்லை

வானம் பொழியவில்லை
மாடு திங்கப் புல்லுமில்லை
காடும் கறுகிப் போச்சு கண்ணம்மா நம்ம
கண்ணீர் சேர்ந்து ஆறா தான் ஓடுமா

ஓடை மணலாச்சு
ஊர் கிணறு தருசாச்சு
குடிக்கக்கூட தண்ணீ இல்லை குஞ்சம்மா - நம்ம
குடிகள் படும்பாடு என்ன கொஞ்சமா

காணி நெல்லு பதராச்சு
காணி கரும்பு விறகாச்சு
சாணி வீடு முழுக்கக் கூட இல்லம்மா துணி
கட்டக் கூட இடுப்பில் வழு இல்லம்மா

கெணத்து லோனு தந்ததுக்கு
லஞ்சத்துல பாதி போச்சு
பஞ்சத்துக்கு மீதியாச்சு குஞ்சம்மா-கடன்
போக எஞ்சியது ஏதுமில்ல மிச்சமா

ஆடு கோழி வெட்டி காளி
ஆத்தாவுக்கும் பொங்க வச்சோம்
ரத்தம்பட்டு பூமி ஈரமாச்சு இப்ப
நெஞ்சும் மண்ணும் சிவந்து தானே போச்சு

டவுனுக்குள்ள தண்ணி வண்டி
சர்க்காரு தான் கொண்டு போறான் இந்த
ஊருக்குள்ள வந்ததுண்டா மங்கம்மா
அன்று ஓட்டு வாங்கி போனானே அவன் எங்கம்மா.

112. எங்க ஊருக்குள்ள

எங்க ஊருக்குள்ள பாத்து வாங்க ஐயா
ஓட்டு வாங்கிப் போன நீங்க
ரோட்டுல டிச்சு தண்ணீ நிக்கும்- கொஞ்சம்
ஒதுங்கிப் போனா பன்னி நிக்கும்
சாக்கடை தண்ணி ரோட்டுல தான் நீங்க
சொன்ன சொல்லும் காதுல தான்

ஐயாடியோ அம்மாடியோ எங்க
ஊருக்குத்தான் விடியலையோ

வறண்டு போன கிணறுமுண்டு அந்த
வண்டல் தண்ணிக்கும் சண்டையுண்டு - ஐயா

குடங்கள் உடையும் சத்தமுண்டு இன்னும்
குத்துச்சண்டை வெட்டுமுண்டு
பாத்த கண்களும் பரிதவிக்கும்
பதைச்ச நெஞ்சமும் துடிதுடிக்கும்

ஐயா பச்ச தண்ணியும் கிட்டவில்லை எங்க
பார்வைக்கும் நீங்க எட்டவில்லை

கூரை இல்லாப் பள்ளிக்கூடம் அந்த
குட்டிச் சுவரோ எப்ப விழும் - புள்ள
பாத்து பயந்து பதச்சிருக்கு அங்கே
மண்ணை வாரியும் காத்தடிக்கும்
வாத்தியாரும் இல்லீங்கையா உங்க
புள்ளைக்கு இங்கிலீசுப் பள்ளிங்கையா

அம்மாடியோ ஐயாடியோ - இந்த
அவலம் நீங்க வழி இல்லையோ

வீதி விளக்கும் போடவில்லை எங்க
வீடும் வாழ்வும் இருண்ட நிலை
உசத்தி உங்களை வச்சோமுங்க எங்க
முகத்திலும் கரிய பூசுறீங்க - ஐயா
உள்ளங் கொதிச்சு நிக்கிறோங்க நீங்க
உணரும் காலமும் நெருங்குதுங்க.

அம்மாடியோ ஐயாடியோ எங்க
ஊருக்குத்தான் விடிவில்லையோ

113. அன்னியன் போக

அன்னியன் போக அன்னியனானோம்
சொந்த நாட்டில் அவன்

எண்ணிய எண்ணம் ஈடேறுது
இந்திய வீட்டில் அவன்
குந்திய இடத்துக்கே தண்டல் போகுது
வெட்கக் கேட்டில் உன்
சிந்தை தெளியப் புரட்டிப்
பாரு இதய ஏட்டில்

நம்ம பல்லுக்கு பல்பொடி அவன் தாரான்
பல்லை விளக்க குச்சியும் அவன் தாரான்
முகம் சரைக்க பேஸ்டும் அவன் தாரான்
அந்த சவரக் கத்தியும் அவன் தாரான்
முடி வளர்க்க தைலம் அவன் தாரான்
நெடியடிக்க சோப்பும் அவன் தாரான்
முக்கி நாம கக்கூசு போனாலும்-அதை
தொடைக்கற பேப்பரையும் அவனே தாரான்

வீட்டுல குடிக்க காப்பிய தாரான்
வீதியில் குடிக்க 'டீ' ன்னு தாரான்
பொண்டுபுள்ளைக்கு வஸ்துன்னு தாரான்
பொறக்கப் போற புள்ளைக்கும் தாரான்
வெள்ளையனா மாற பவுடர் தாரான்
வெவரங்கெட்டு வாங்கிப்போறான் - நம்ம
அந்தரங்கத்தையும் விட்டு வைக்காம
கட்டிக்கிற கோவணத்தையும் அவனே தாரான்

நாம உடுத்தும் துணிய அவன் தாரான்-அதை
வெளுக்க மிசினும் அவன் தாரான் நாம்
சமைக்க பாத்திரம் அவன் தாரான் அந்த
சட்டிய கழுவ பவுடரும் தாரான்
சில்லுன்னு குடிக்க பானமும் தாரான்
சிகரெட்டும் புகையா ஊத தாரான்-அட
மதுவையும் கொடுத்து மல்லாக்கத் தள்ளி
நம்மளையும் பிரிச்சு நாரா கிழிக்கிறான்

நம்ம படுக்கை அறைக்குள் அவன் வாரான்
பாஞ்சு பொத்துன்னு விழுக மெத்தையும் தாரான்
காது கிழிக்கும் சத்தம் இசையாம்
காட்டுக் கத்தல் வெஸ்டன் ஸ்டைலாம்
கவிதை போன்ற காதலும் போச்சு
கலாச்சாரம் கெட்டு அம்மணமாச்சு- அட
கொள்ளை நோயாப் பரவி வந்து
வீட்டுக்கதவையும் தட்டி நம்ம பண்பாட்டையும்
சிதைக்குது தொலைக்காட்சி பெட்டி

நாம விதைக்க விதைய அவன் தாரான்
செடிக்கடிக்க விசத்த அவன் தாரான்
அடியில் போட உரமுன்னு தாரான்
பலனுன்னு கண்டத எடுத்துட்டுப் போறான்
வேப்ப மரத்துக்கு புடிச்சது சனியன்
நிழலுக்கு நின்னாலும் கொடுக்கனும் கமிசன்
பாட்டி தாத்தா காலமுதலான சித்த வைத்தியத்துக்கும்
மொத்த குத்தகையா வச்சான்டா வேட்டு

அவன் ஊருக்குள்ளே சந்தைய வச்சான்
உலக பேங்க்குல பணத்த குவிச்சான்
விரும்புனா அவனே கடனா கொடுப்பான்
வேண்டிய மட்டும் வரியா விதிப்பான்
ஆண்டியா கையேந்தி மந்திரி போவான்
ஆன மட்டும் அடமானம் வைப்பான் -அந்த
கும்பினிக்காரன் காலையும் முத்தமிட்டு - அந்த
கொள்ளைக்கார கம்பெனியெல்லாம் இந்தியாவுக்கு கொண்டு வாரான்
இனியும் அரசியல் சூதாடியை
நம்பி மோசம் போகாமல்
புரட்சிப் பாதையில் ஒன்றாய்
நாம் அணி வகுப்போம்

114. தெக்க போற பாதையிலே

தெக்க போற பாதையிலே
நொச்சி மர நிழலுல
அத்தமவ காத்திருப்பா
ஒத்தையில காளைகளே

சாலை மரம் கோலம் போட
சலங்கச் சத்தம் தாளம் போட
காளை வரும் பாதையத்தான்
கன்னியவ பாத்திருப்பா

செல்ல மணிக் காளைகளே
துள்ளி துள்ளி ஓடுங்களே
பொண்ணு மனம் வாடுமடா
பொழுது சாயும் நேரமடா

முன்பாரம் குறைக்கனுமா
தாம்புக் கயிறு தளர்த்தனுமா
என்ன வேணும் காளைகளே
எட்டி நடை போடுங்களே

தன்னந் தனியா நிற்பவளின்
தவிப்பை எண்ணிப் பாருங்களே
சேர்ந்து வீடு போன பின்னே
தீனி போடுறேன் காளைகளே

வானம் கருக்கலாச்சு
வாடக் காத்து வீசலாச்சு
வெள்ளி மீனும் மறையலாச்சு
மேற்கு மழை எறங்கலாச்சு

ஆன செலவு எல்லாம்
போனாத்தான் மணக்குமடா
சாமச்சோறு திண்பதற்கும்
சாமமாகிப் போகுமடா

கண்ணு மணிக் காளைகளே
காலை எட்டிப் போடுங்களே
பொண்ணு மணிக் காளைகளே
பொழுத எண்ணி ஓடுங்களே

115. ஆளுக்கொரு மரம்

ஆளுக்கொரு மரம் வைப்போம்
தன்னே னன்னானே நமக்கு
ஆக்சிஜனை மரம் கொடுக்கும்
தன்னே னன்னானே

நாளுக்கொரு மரத்தை வெட்டினா
தன்னே னன்னானே-அந்த
நாடு முழுக்க நோய் பிடிக்கும்
தன்னே னன்னானே

முத்து மழை கொட்டுதற்கும்
தன்னே னன்னானே-அதுக்கு
மூலக் காரணம் மரம் செடிகள்
தன்னே னன்னானே

கொத்து கொத்தா பூ பூக்கும்
தன்னே னன்னானே வண்டும் வர
வட்டு வட்டா தேன் நமக்கு
தன்னே னன்னானே

பூ பிஞ்சு காய் கனியாகும்
தன்னே னன்னானே நமக்கு
வாய் மணக்க வண்ணச் சுவை
தன்னே னன்னானே

நிழல் தந்து அரவணைக்கும்
தன்னே னன்னானே பறவைகளும்
குதூகலிச்சி கூச்சலிடும்
தன்னே னன்னானே

வாழ்வதற்கும் அர்த்தம் வேணும்
தன்னே னன்னானே-நாம
வந்து போன சுவடு வேணும்
தன்னே னன்னானே

சந்ததியும் தழைக்க வேணும்
தன்னே னன்னானே
தலைமுறைக்கு திருப்பித் தரணும்
தன்னே னன்னானே - பூமிய

116. கோணப் புளியாமரம்

கோணப் புளியா மரம்
கொலை கொலையா காய்க்கும் மரம்
உருண்டு திரண்டிருக்கும்
சூரியனா செவந்த பழம்

கானப் பறவையெல்லாம்
கச்சேரிக்கு ஓடி வரும்
நாண சிறுவரெல்லாம்
நாலா திசையும் ஆடி வரும்

அந்த கோணப் புளியா மரத்தை
கொடுவா கொண்டு சாச்சதாரு-அந்த
ஆனைப்போல் அசைஞ்ச மரத்த
அடியோடு சாச்சதாரு

ஊருக்கே தருமதுரையா
ஒசந்த மரத்தப் பேத்ததாரு
பாருக்கே குடைப்பிடிக்கும்
பச்ச மரத்த சாச்சதாரு
சீரு கொடுத்தனுப்பும்
சீரெடுத்து பெண்ணழைக்கும்
தீராத வழக்கை எல்லாம்
தீர்த்து வைக்க முன்ன நிக்கும்

ஆறாத சோகத் தழும்ப
ஆத்தி வைக்க காத்தடிக்கும்
வேராக விழுதாக விரிச்சமாக வளர்ந்து நிற்கும்
அலை போல் ஆடி நின்ன அந்த மரம்- இப்ப
ஒசை இல்லை உறவுமில்லை இந்த நேரம்
கூடிழந்த குருவியோடு எங்க மனம்
வாடுதய்யா வதங்குதைய்யா தினம் தினம்

117. இறவாத உயிரொன்று

இறவாத உயிரொன்று உள்ளதா உலகில்
இருக்கிறது என்பார் புத்தகத்தை-என்
கனவில் விரிகின்ற சொர்க்கமெல்லாம்
புத்தகமாய் தெரியு தென்பான் போர்க்கே

மாமேதை கார்ல் மார்க்சு மடியும் போது
உடனிருந்தது புத்தகம்

ஐரோப்பாவை ஆட்டிய நெப்போலியன்
கூட இருந்ததும் புத்தகம்
சாக்ரட்டீஸ் சாகும் நாள் வரை
சலிக்காமல் படித்தது புத்தகம்
அலெக்சாண்டர் வெற்றிக்கும் யுத்திக்கும்
அணி வகுத்ததும் புத்தகம்

புத்தகம் தான் புவியின் பூபாள படையல்
புத்தகம் இல்லையேல் புவிக்கேது விடியல்
நேருமாமா அதிகம் நேசித்ததும்
ரோஜாவைவிட புத்தகம்
அரசும் புரட்சியும் சாவின் நுனியிலும்
படித்து முடித்தான் பகத்சிங்
பாடை ஏறினாலும் ஏடைக் கைவிடேல்
என்று கூவுவது நம்மரபு
பாரதமும் இராமாயணமும் இறந்தவர் கையில்
கொடுப்பது நம் நிகழ்வு

புத்தகமே புவியை புரட்டும் நெம்புகோல்
புத்தகமே வாழ்வை மீட்டெடுக்கும் வீரவாள்
புத்தகம் நம்மை அலைக் கழிக்கும் பித்தன்
செதுக்கும் சிற்பி
புத்தகம் நம்மை புரட்டிப் போடும் பூகம்பம்
பூப்பெய்யும் நிகழ்வு
புத்தகமே புவியின் அதிய கண்காட்சியாய்
செய்யும் புரட்சி
புத்தம் தான் வாழ்வில் ஆதார கருதி
என்றும் இறவாத பகுதி

118. அத்தான்னு கூப்பிடவா

அத்தான்னு கூப்பிடுவா
ஆசையா சாஞ்சுக்குவா
முத்தான பல்லைக் காட்டி

முழுமதியா சிரிச்சுக்குவா
என் முகத்தை பார்ப்பதற்கு
ஏங்கி வாசலில் காத்திருப்பா- அப்போ

இப்போ கிழவான்னு கூப்பிடுறா
கிட்டப் போனா மொறைக்குறா
பழைய பாய கையில கொடுத்து
வார்த்தையால் கூட்டிப் பெருக்கறா
சர்க்கரையா பேசுனவ
சர்க்கரை காப்பியும் தரமாட்டா

மாமா என்று சொல்வா
மயக்கும் மல்லி சூடிக்குவா
கோவமா என்று சொல்லி
கொஞ்சி கொஞ்சி பேசிக்குவா
விதவிதமா ஆக்கிப் போட்டு
விருந்து எனக்கு வச்சிடுவா-அப்போ

இப்போ ராமா ராமா என்குறா
ராவணன் போல் பாக்குறா
பாவக்கா கூட்டு வச்சு
சட்டியோடு நிக்கிறா-அதையே
மூனு வேளையும் தின்ன சொல்லி
முழிப் பிதுங்க வைக்கிறா

காய்கறி வாங்க விரட்டுறா
கண்டிசன் ரொம்ப போடுறா
டீ. என்னைப் போடச் சொல்லி - அவ
சீரியல் ரொம்ப பாக்குறா
வெங்காயம் பூண்டு உரிக்கச் சொல்லி
கண் கலங்கவும் வைக்கிறா

அடியாள் கணக்கா வந்து நின்னு
ஆவேசமா கத்துறா
உளவுத்துறையா வேவுபாத்து
நிலை குலையவைக்குறா
விதவிதமா ஆக்குறா சப்புக் கொட்டி திங்கறா
மாத்திரை மருந்துகளை தட்டுல எனக்கு வைக்குறா.

119. என் செல்போன் இதயத்திலே

என் செல்போன் இதயத்திலே
சிம்கார்டா நீ இருக்குற
சிக்னல் கிடைக்காமல் தான்
டவர் ஏறி நிக்கிறேன்டி
என் சண்டைக்காரி வம்புக்காரி
என்றைக்கும் நான் உனக்கு சூ.சூ.மாரி

சேட்லைட் இன்டர் நெட்டும் உன்னை
தெண்டனிட்டு வணங்குமடி
3ஜி,4ஜி எல்லாம் கண்டா
ரீ ஜார்ஜ் ஆகுமடி
அசத்தும் மி.ஜி புதுவரவே உனக்கு
அடிமையா ஆனேன்டி என்
சம்பள பில்லைக் காட்டி
என்னை தள்ளாதே ஓரங்கட்டி

சிம்கார்ட மாத்துவது போல்
ஆளை நீ மாத்தி விடாதே
பிரிப்பெய்ட போஸ்டுபெய்டாக்கி
பேச நீ துணிந்து விடாதே
மிஸ்டு காலைப் போட்டு என்

வேதனையைக் கூட்டாதடி
விளம்பரக் காலா வந்து மேலும்
வெறுப்பேத்தி வைக்காதேடி
ஷி.வி.ஷி சுந்தரியே என்னை
ஏங்க வைக்கும் முந்திரியே

மெமரிக் கார்டில் பாட்டப் போட்டு - உன்
காத ரெண்டும் மூடுறே
காதல் கோர்ட்டினிலே எனக்கு
கண்டிசன் பெயில் போடுற - உன்
இதயத்துல இடம் பிடிப்பதற்கு-என்னை
இளிச்சவாயன் ஆக்காதேடி.

120. நான் லாலா கடை லட்டு

நான் லாலா கடை லட்டுப் போல
பாக்கு றேண்டி உன்னை-நீ
நைசா ஒரு பார்வை பாத்து
நழுவுறியே முன்னே
கொக்கோகோலா போல
பொங்குது என் மனசு -உன்
கூட நான் சேந்து வந்தா
குறைஞ்சு போகுது வயசு

கருப்பாதான் தெரிஞ்ச நீ
எனக்கு முன்னாடி- இப்ப
கலர்கலரா தெரியுரியே
கருப்பு கண்ணாடி
குள்ளமா ஒல்லியா
சொல்லத் தெரியல- இப்ப
கோபுரமாகத் தெரியுற
ஒன்னும் புரியல

காத்துப்போல் உன்னை நானும்
சுத்தி சுத்தி வாரேன் - உனக்கு
காத்தாடியா ஆகிப்போனேன்
என்னை நிமிந்து பாரேன்
கூத்தாடியா ஆகிப்போனேன்
ஆத்தாடி நான் உன்னாலே
கொடைக்கானல் ஊட்டியெல்லாம்
போவோம் நாம் பின்னாலே

கலர்கலரா கனவில் ஏறி
மனக்குதிரை பறக்குது - மனம்
கடிவாளம் இல்லாமத்தான்
கண்டபடி குதிக்குது
ஆசையில பேச வந்தேன் கங்கம்மா
பூசாரிப் போல நிக்கிறாளே உங்கம்மா
ஓசை இல்லா பூனை போல நழுவுறேன்
ஓ கண்ணால் நீயும் சிரிக்கிற.

121. கம்பியூட்டரே உலகமாச்சு

கம்பியூட்டரே உலகமாச்சு எங்கும்
கரண்டே கடவுளாச்சு
கட்டிடங்கள் வளரலாச்சு விளைநிலம்
கான்க்ரீட் காடாப்போச்சு

ஆக்கல் கடவுள் என்றால் இங்கே
கொத்தனாரும் சாமிதாண்டா
அற்புதம் கடவுள் என்றால் இந்த
செல்போனும் சாமிதாண்டா

உந்து வண்டி சாமிதாண்டா- அங்கே
ஓட்டுனரும் சாமிதாண்டா

எந்திரங்கள் சாமிதாண்டா-உதவும்
எல்லாமே சாமிதாண்டா

கண்ணாரக் கண்டதில்லை கடவுளை நான்
கடவுளை பார்த்ததில்லை- நம்
அம்மாவே கடவுளடா அவளே
அன்பான தெய்வமடா

மனிதநேயம் உள்ளவரை ஊர்
மதிக்கும் வணங்கும் தெய்வமடா
முகமறியாதவர் உதவிடும் போது
அகமுருகி கை வணங்குமடா

அன்பின் துவக்கம் கடவுளடா
அரவணைக்கும் உள்ளம் கடவுளடா
உண்மையும் உழைப்பும் கடவுளடா
அன்பு ஒன்றேதான் உயரிய தெய்வமடா

122. அவசரமா ஓடும் இந்த

அவசரமா ஓடும் இந்த உலகத்திலே- கொஞ்சம்
ரகசியமா பேசவும் நேரமில்லை
அவசியமா உன்னை நான் பாக்கனும்
எம்மனச உன்னிடத்தில் சேக்கனும்

மின்னலென எம்மனசில் நீ நுழைஞ்சு- மயக்கி
பின்னல் வலை போட்டு விட்டு ஏன் மறைஞ்ச
என் நினைவை நான் மறந்து உருகுறேன்
சின்ன புன்னகைய வீசி விட்டு நழுவுற

கண்ணும் கண்ணும் கலந்து பேச கலக்கமா
இன்ப காதலென்ன கன்னி வயசில் கசக்குமா

மனசும் மனசும் சேர்ந்து விட்ட வாசனை-அன்பே
மனசிருந்தும் இன்னும் என்ன யோசனை

சாதிமதம் எனக்கு எந்த தடையுமில்லை
சாதக் கணக்கு எதுவும் உண்மையில்லை
ஆதி மகள் ஔவை சொல்லை மறக்கல இந்த
ஐயா சொல்லும் பொய் வேதம் புடிக்கல

பொன்னும் பொருளுங் காதல் வாழ்வில் இனிக்குமா- உன்
புன்னகையைப் போல் அது மயக்குமா
கன்னமிடும் பொருளில் ஏது நிம்மதி
அன்பு கலந்து விட்டால் அதுவே தெய்வ சன்னதி.

123. கரும்பு இனிக்குமா

கரும்பு இனிக்குமா
புத்தகம் இனிக்குமா
கடிச்சு பாரு படிச்சுப் பாரு
உண்மை துலங்குமா

அரும்பு மணக்குமா
அச்சரம் மணக்குமா
எடுத்துப் பாரு எழுதிப் பாரு
இன்பம் விளங்குமா

வண்ணம் கவருதா
எண்ணம் கவருதா
வரைந்து பாரு வடித்தும் பாரு
கண்கள் விரியுதா

கூடுகள் அழகா
குவலையும் அழகா
உற்றுப் பாரு உணர்ந்து பாரு
உண்மை புரியிது

உன்னில் தொடங்கு
ஒவ்வொன்றாய் தொடங்கு
உன் காலில் ஊன்றி நிற்க
நாளும் பழகு
புதியன தேடு- நீ
போராட பழகு
கேள்விகள் கேளு கிளர்ந்துஎழு
ரௌத்திரம் பழகு.

124. பட்டாம் பூச்சி

பட்டாம் பூச்சி பறக்குது பாரு-சிறகை
விரிப்பதால் தேன் சுவை நூறு-அத
தட்டிக் கேக்க ஆளு யாரு மனிதா
சற்று நீ யோசிச்சுக் கூறு

மாடப்புறா ஜோடி சேர்ந்து தேடிப்பாக்குது
கோவில் மாடத்தில் வந்து கூடு ஆக்குது
ஆடிப்பாடி ஓடி வந்து ஓய்வெடுக்குது - உன்
அறியாமையைக் கண்டு அது கேலி செய்யுது

காத்து கூட மரக்கிளையை ஆட்டிப் பாக்குது
காடு மலை வயல் வெளியை தட்டி எழுப்புது
மூங்கில் உள்ள சிறு துளையில் சீட்டியடிக்குது நீ
முடங்கிக் கிடப்பதை கண்டு வெட்கப்படுது

மண்புழுவும் மண்ணை கிண்டி இரையைத் தேடுது அது
மறைமுகமா உழவனுக்கு தொண்டு செய்யுது
கண்விழிக்கும் இலைக்கு வேரில் பாத்திக்கட்டுது
கண்ணீர் கோலம் உன்னை எண்ணி மண்ணில் போடுது
பட்டாம் பூச்சிப் போல நீயும் மாற வேணாமா
மாடப் புறா போல ஒரு கூடு வேணாமா

சீட்டியடிக்கும் காத்து போல அலசிப்பாரு
தேசத்தையே செய்ய திறனால் புரட்டிப்போடு.

125. கல்லானாலும் கணவன்

கல்லானாலும் கணவன் என்று
கும்பிட்டு வழியாதே-அவன்
புல்லானாலும் புருசன் என்று
புழுவாய் நெழியாதே

புருசன் சொல்லுக்கு மறு சொல் இல்லயென
புத்தியைக் குறைக்காதே
பொறுமை பொறுமை என்று வெறுமையாய் இருந்து
திறமையை மறைக்காதே

அச்சம் மடம் நாணம் என்று தலைமுறை
குப்பையைக் கிளறாதே
சப்பை வாதங்களைப் பிடித்துக் கொண்டு
எப்பவும் உளறாதே
சமையல் வேலை தனக்கே என்று
வாதம் தொடுக்காதே
தலைமுதல் கால்வரை விலங்குகள் பூட்டி
பெருமையை அடுக்காதே

பிள்ளை பெறவும் பணிவிடை செய்யவும்-பெண்
பிறப்பென்று மடியாதே
எல்லைக்குள் சிந்தனை சிறகை முறித்தால்
எப்பவும் விடியாதே

பெண்ணும் ஆணும் சமமென்ற எண்ணத்தை
உன்னில் தொடங்கு
மின்னும் சிந்தனை திமிரி எழுந்திட
நொறுங்கிடுமே விலங்கு.